TRẬN CHIẾN CUỐI CÙNG

2024 CÓ THỂ LÀ CUỘC BẦU CỬ CUỐI CÙNG

DAVID HOROWITZ

FINAL BATTLE by David Horowitz.

To request permissions or any further inquiries, contact the publisher at Cloverleavespublishing@gmail.com.

Paperback ISBN: 9780960059188. First Edition Nov 2023.

Library of Congress Control Number: 2023950334.

Translated by: Son Nghi, Be Bay Nguyen, Phong Thu Nguyen, Hoa Nguyen, Ph.D. Trong Phan, Ph.D. Truyet Mai.

Edited by: Dai Pham, Hoa Truong and Diem Nguyen

Manufactured in the United States of America.

10 9 8 7 6 5 4 3 2 1

THAY LỜI TỰA

"The Last Battle" của tác giả David Horowitz là một công trình biên khảo công phu, là tiếng chuông báo nguy cho nền dân chủ Hoa Kỳ và nền hòa bình thế giới khi đảng Cộng Sản trá hình mang tên đảng Dân Chủ đang biến một siêu cường, tiêu biểu cho nền dân chủ thế giới thành một nước cộng sản toàn trị, tam độc: "độc tài-độc ác-thâm độc." Cuộc bầu cử Tổng Thống Hoa Kỳ năm 2024 sẽ là lần bầu cử cuối cùng, nếu những người quan tâm đến sự tồn vong của Hiệp Chủng Quốc Hoa Kỳ và nền hòa bình thế giới không gấp rút hành động trong tinh thần "tận nhân lực, tri thiên mệnh." Nguy cơ gần kề, không phải là lúc "ngồi bàn luận suông" rồi chẳng làm gì, và thái độ tiêu cực "cầu trời" chắc chắn không bao giờ thay đổi tình hình nguy kịch như nhà cháy phải cấp tốc cứu hỏa.

Tin vào Thượng Đế, nhưng chúng ta không thể phó thác hoàn toàn mọi chuyện cho Thượng Đế cứu dùm khi kẻ thù cộng sản và cộng sản lai căng ở các nước dân chủ, nhất là ở Hoa Kỳ đang tiến hành một kế hoạch tiêu diệt nền dân chủ, nền Cộng Hòa và sự phồn vinh. Cầu nguyện là xác định niềm tin vào Đấng Tối Cao, là chỗ dựa tinh thần. Tuy nhiên, chúng tôi chủ trương hành động thực tiễn, và chủ động trong một trận chiến quyết định nằm trong cuộc chiến cuối cùng giữa chánh và tà, tự do hay nô lệ.

Hưởng ứng và hỗ trợ phong trào ái quốc MAGA khắp nơi, vì đây là cuộc chiến đấu "không biên giới" nên chúng tôi tình nguyện làm những người đồng hành cùng với vị Tổng Thống Ái Quốc Donald Trump, tác giả David Horowitz và phong trào MAGA tham gia trong "Trận Chiến Cuối Cùng."

Chúng tôi là những người Việt Nam tỵ nạn cộng sản, tự nguyện chuyển ngữ tác phẩm "The Last Battle" sang Việt Ngữ với sự góp mặt của: Nhà Văn Sơn Nghị, Nguyên Nữ Đại Úy Quân Lực VNCH Nguyễn Thị Bé Bảy, Tiến Sĩ Phan Quang Trọng, Nhà Văn Phong Thu, Tiến Sĩ Mai Thanh Truyết, Nhà Văn Trương Minh Hòa, cùng ban Ban Biên Tập gồm có các anh Phạm Gia Đại, anh Nguyễn Vân Diệm, anh

Trương Minh Hòa. Đặc biệt là sự nhiệt tình ủng hộ của Ban Chấp Hành Liên Minh Bảo Thủ Mỹ gốc Việt (Vietnamese American Conservative Alliance), và nhà xuất bản Bản Clover Leaves Publishing, cùng với sự hỗ trợ tài chánh, tinh thần của những ân nhân, là niềm khích lệ quý báu cho những người "ăn cơm nhà vác ngà voi."

Chúng tôi tin tưởng là quyển "The Last Battle" chuyển ngữ sang tiếng Việt sẽ cung cấp những sự kiện lịch sử hiện nay tại Hoa Kỳ và cuộc bầu cử tổng thống gian lận năm 2020, đưa tới sự cướp chính quyền theo kiểu cộng sản ở Nga, Tàu và Việt Nam qua hình thức gian lận. Vua tham nhũng, và phản quốc chuyên nghiệp Joe Biden là một tướng cướp cao cấp nhất thế giới, ông ta cướp cả Tòa Bạch Ốc với sự hợp pháp hóa của 6 thẩm phán Tối Cao Pháp Viện và kẻ phản bội đê hèn Mike Pence.

Chúng tôi xin giới thiệu công trình dịch thuật nhỏ bé và sự đóng góp khiêm tốn của chúng tôi trong một "trận chiến cuối cùng" hướng đến kết quả của cuộc bầu cử năm 2024. Trong tinh thần "giặc đến nhà, đàn bà cũng đánh," khi Hoa Kỳ lâm nguy, nền hòa bình và dân chủ toàn cầu bị đe dọa, chúng tôi mong sẽ đem những thông tin hữu ích của David Horowitz bằng Việt Ngữ đến quý đồng hương.

Đây là nguồn tài liệu quý giá mà truyền thông khuynh tả Tây Phương cũng như truyền thông "Việt tả" cố tình che dấu, và tung nhiều tin giả mạo làm hoang mang dư luận. Chúng tôi mong những người muốn đọc bản Việt Ngữ hãy tìm mua bản dịch nầy. Quyển "Trận Chiến Cuối Cùng" Tiếng Việt có bán trên Amazon và một số hiệu sách khác, số sách ISBN là: 9780960059188.

Thân ái kính chào quý đồng hương,
Thay mặt ban biên tập, chuyển ngữ và điều hợp,
Trương Minh Hòa
(Úc Châu)

PHẦN MỞ ĐẦU

Đối với 1.357 cư dân của vùng Butler, tiểu bang Pennsylvania, sự kiện quan trọng gây chú ý của năm 2020 là cuộc vận động tranh cử ngày 31 tháng 10 của Tổng Thống Donald J. Trump. Vào một đêm lạnh lẽo ở Pennsylvania ba ngày trước cuộc bầu cử, hơn 50.000 người tập trung tại sân bay của thị trấn nhỏ bé từng là nơi sản xuất vành đai bằng thép dùng cho kỹ nghệ vận chuyển và dây chuyền, nằm cách Pittsburgh 35 dặm về phía bắc.

Đây là cuộc biểu tình vận động tranh cử thứ tư của Tổng Thống Trump trong ngày, và đám đông đến để nghe câu nói thẳng thừng không thể đoán trước của ứng cử viên Trump, và những châm biếm quen thuộc đối với Biden và đảng Dân Chủ. Họ đến để hô vang câu "Hoa Kỳ! Hoa Kỳ!" và để nghe một lần nữa lời hứa của ông làm cho nước Mỹ thịnh vượng, an toàn và vĩ đại trở lại.

Mười bảy giờ vận động cuối cùng của Trump bao gồm hành trình hơn 3.000 dặm trên nhiều chuyến bay, nhiều đoạn đường với đoàn xe mô tô hộ tống và 367 phút ở các địa điểm biểu tình và theo lời của một phóng viên từ Wall Street Journal, "năm điệu nhảy múa vụng về và vui nhộn trên sân khấu [bài hát nổi tiếng] YMCA." Một cuộc biểu tình của Trump luôn là giây phút vui vẻ thoải mái.

Vào một thời điểm vào buổi tối, đám đông trở nên cuồng nhiệt – như các cuộc biểu tình tương tự trước đây – đến nỗi họ bắt đầu hô vang "Chúng tôi yêu Ông!" và làm như vậy nhiều lần, cho đến khi Trump trả lời: "Cảm ơn. Đừng nói như vậy. Tôi sẽ bắt đầu khóc và điều đó sẽ không tốt cho hình ảnh của tôi." Đây là một khoảnh khắc đầy cảm xúc khác thường, thể hiện sự tự nhận thức và thậm chí một cách tự phản kháng, mà những kẻ thù ghét của Trump thường không muốn thừa nhận.

Trong 21 ngày kể từ khi hồi phục sau khi Trump nhiễm Covid tại một cuộc họp tại Tòa Bạch Ốc, và sau cuộc bầu cử tháng 11, ông bền bỉ không hề mệt mỏi tổ chức tổng cộng 45 cuộc tập hợp quần chúng, mỗi cuộc tập trung có sự tham dự của hàng nghìn và thậm chí hàng chục nghìn người ủng hộ. Khi ngày bầu cử đến, Tổng Thống Donald Trump trở lại Tòa Bạch Ốc trên chiếc trực thăng dành riêng cho tổng thống. Marine One hạ cánh xuống bãi cỏ phía Nam lúc 3 giờ sáng.

Khi Trump về đến nhà, ông kiệt sức đến mức ngủ quên và trễ 45 phút cho cuộc phỏng vấn lúc 7 giờ sáng trên Fox and Friends. Sau chương trình, Trump thực hiện một cuộc phỏng vấn trên đài phát thanh với một người dẫn chương trình trò chuyện bảo thủ ở Pennsylvania. "Cuộc thăm dò cuối cùng," ông nói với người phỏng vấn, "là những đám đông khổng lồ đang đến tham gia các cuộc biểu tình. Chưa một ai từng thấy các cuộc biểu tình giống như vậy."

Vào lúc 11:08 tối, một không khí lạc quan lan tỏa khắp Tòa Bạch Ốc, nơi các thành viên của đội ngũ Trump tụ tập để theo dõi cuộc bầu cử. Khi tiểu bang chiến lược Florida dồn phiếu cho Trump, và số phiếu bầu cách biệt giữa ông và Biden lớn hơn nhiều so với cuộc bầu cử năm 2016, ai cũng tin tưởng đây là dấu hiệu chấm dứt sự chạy đua tại các tiểu bang chiến lược để đưa ông đến chiến thắng một cách vẻ vang. Ông được người thăm dò ý kiến John McLaughlin nói rằng ông cần 66 triệu phiếu bầu để giành chiến thắng; và số phiếu đếm đang đi lên để đạt được 74 triệu cử tri ủng hộ. Nhưng 21 phút sau, Fox tuyên bố bang Arizona của đảng Cộng Hòa dành cho Biden chỉ mới đếm 30% số phiếu bầu.

Trump gọi cho bạn của ông, giám đốc đài Fox, Rupert Murdoch thuyết phục đài Fox rút lại bản tin bầu cử của Fox. Nhưng vô ích. Trong những giờ tiếp theo, Trump cảm thấy khó khăn chấp nhận rằng thủy triều thay đổi và ông sẽ thua. Trong những phút gần như tuyệt vọng, ông vẫn hy vọng Pennsylvania, tiểu bang ông đang dẫn trước với 690.000 phiếu bầu. Nhưng ông không biết rằng một lượng lớn phiếu bầu muộn chưa được đếm đang tước dần vị trí dẫn đầu của ông, kể cả các tiểu bang chiến lược khác. Khi hết phương tiện truyền thông này đến phương tiện truyền thông khác tuyên bố cuộc bầu cử cho Biden sẽ được quyết định dựa trên số lượng phiếu chưa được kiểm, Trump vẫn cố gắng chống trả.

"Họ đang cố gắng đánh cắp cuộc bầu cử," ông nói trong một bài phát biểu trên truyền hình trước những người ủng hộ hôm 4 tháng 11. "Và chúng ta không thể ngồi yên... Công tâm mà nói, chúng tôi giành được chiến thắng trong cuộc bầu cử này." Nhưng các lực lượng khuynh tả tìm đủ mọi cách để đem lại chiến thắng cho Biden với con số áp đảo. Thậm chí họ còn rào đón các đảng viên Cộng Hòa kỳ cựu, và những người lo ngại kết quả cuộc bầu cử sẽ gây tranh cãi, rằng cuộc bầu cử xem như kết thúc để tránh những rắc rối như thế xảy ra. Đối mặt với những bất lợi quá quắt, Trump tự giam mình trong Tòa Bạch Ốc, nơi ông giữ thinh lặng trong vài ngày sau đó.

Hôm thứ Bảy, ngày 7 tháng 11, lần đầu tiên trong tuần Trump rời Tòa Bạch Ốc đi chơi golf tại câu lạc bộ của ông ở Sterling, Virginia. Khi đang chuẩn bị phát bóng ở lỗ thứ bảy, ông nhận được một cuộc gọi từ con rể là Jared Kushner, nói với ông rằng các cơ quan truyền thông sắp đưa kết quả cuộc bầu cử ở Pennsylvania dành cho Biden. Hai mươi phiếu đại cử tri của Pennsylvania sẽ mang lại cho Biden 270 phiếu cần thiết để giành chiến thắng trong cuộc bầu cử tổng thống. Theo các nhân chứng thân cận cho biết, Tổng Thống Donald Trump nhận cuộc gọi một cách bình tĩnh. Ông bước đi khoan thai trên bãi cỏ khi nói chuyện với con rể trong vài phút, đưa điện thoại lại cho một phụ tá, và sau đó hoàn thành mười hai lỗ cuối cùng của sân khi một đoàn xe gồm hai chục xe golf – chở đầy mật vụ, cảnh sát và trợ lý Tòa Bạch Ốc – theo sau ông.

Trong khi Trump đang kết thúc trận chơi golf, các thành viên câu lạc bộ tụ tập lại và hò hét khích lệ, nói với ông rằng ông thắng, và quyết tâm chiến đấu đến cùng. "Chẳng phải lo," Trump nói."Chuyện đâu vẫn còn đó."

CHƯƠNG 1

Bầu Cử Là Chuyện Quan Trọng

Trong một nền Dân Chủ hợp pháp, bầu cử là một nghi thức thiêng liêng. Họ tuyên xưng ý chí của người dân với tư cách là chủ quyền, và xem các thùng phiếu là tòa án phúc thẩm tối hậu.

Khi thành lập nền Cộng Hòa Hoa Kỳ, nỗi sợ hãi lớn nhất của những người sáng lập là mối đe dọa do các phe đảng gây ra. Họ gọi mối đe dọa này là "sự chuyên chế của đa số," và e sợ rằng đảng cầm quyền sẽ khuynh loát mọi lãnh vực của đời sống công cộng, và sử dụng quyền lực của chính phủ liên bang biến thành một nhà nước độc đảng áp đặt lên toàn bộ người dân. Thật sự một chính phủ chuyên chế của đa số có thể phá hủy nền Dân Chủ từ bên trong. Để ngăn chặn việc nước Mỹ rơi vào thể chế chuyên chế như thế, các Vị Sáng Lập khôn ngoan soạn thảo các quy tắc hiến pháp để buộc phải có sự dung hòa và dập tắt mọi manh nha và nỗ lực phá hoại mà đảng chuyên chế lên kế hoạch thực hiện cho bằng được.

Chính vì lo sợ sự chuyên chế nên những Vị Sáng Lập lập ra một hệ thống "kiểm soát và cân bằng," mang hình thức tách biệt và phân chia quyền lực, cũng như tản quyền (ngược với tập quyền). Mục đích của những biện pháp này là nhằm chống lại nỗ lực của đa số, và hạn chế quyền lực chính phủ. Sự hoài nghi và thận trọng của những Vị Sáng Lập phản ảnh đức tin Kitô giáo, và hiểu rõ bản chất con người thường bất toàn, cũng như tham vọng con người thường bất chính.

Trong số các điều khoản mà Hiến Pháp đưa ra để ngăn chặn các mưu mô ngang ngược là: bầu cử gián tiếp thông qua Đại cử tri đoàn của từng tiểu bang, một cơ quan tư pháp độc lập có thể phủ quyết các đòi hỏi từ cơ quan lập pháp của nhóm đa số, và một hệ thống liên bang đặt cả những cơ quan thực thi pháp luật và các quy định bỏ phiếu nằm trong tay các cơ quan lập pháp của tiểu bang hơn là nằm trong tay của nhóm quyền lực trung ương ở Washington, D.C.

Hệ thống hiến pháp mà những Vị Sáng Lập nghĩ ra, trao cho người dân các quyền tự do chưa từng có, đồng thời có tác dụng giới hạn quyền lực của chính phủ. Mục đích của các Vị Sáng Lập là để bảo vệ người dân khỏi sự lạm quyền của chính phủ, và khuyến khích họ thách thức các âm mưu dưới mọi hình thức của chính phủ.

Điều này dẫn đến một kết quả xem ra nghịch lý. Hiến Pháp bảo đảm tản quyền, và cùng một lúc lại là đòn bẩy cho một lực lượng thống nhất. Bằng cách bảo vệ các nhóm thiểu số trong cuộc bầu cử, nó tạo điều kiện cho một cộng đồng gồm các "hiệp hội tự nguyện" đa dạng, khởi sắc và phát triển, đồng thời đoàn kết thành một khối dân tộc để đối phó với những thách thức do kẻ thù trong và ngoài nước gây ra.

Chừng nào các nguyên tắc và thủ tục được ghi trong Hiến Pháp còn mang tính ràng buộc phổ quát, thì nền cộng hòa còn tồn tại. Trong lịch sử 250 năm của Hoa Kỳ, chỉ có một lần xung đột không thể hòa giải là cuộc đấu tranh giữa tự do và nô lệ hủy hoại nền tảng quốc gia đến mức không thể sửa chữa được và cuối cùng dẫn đến một cuộc nội chiến kinh hoàng. Còn lại tất cả các xung đột khác đều được giải quyết bằng thỏa hiệp và khoan nhượng. Nếu bị thua trong cuộc bầu cử lần này, kẻ bại trận vẫn luôn có cơ hội để tập hợp lại và hy vọng giành chiến thắng trong lần bầu cử tới.

Nước Mỹ hiện đang phải đối mặt với một cuộc khủng hoảng mà nhiều người lo ngại có thể là sự khai mào của một cuộc Nội chiến. Một đặc điểm nổi bật của những rạn nứt trong cơ chế chính trị hiện tại, đó là tất cả các thể chế ôn hòa được mô tả ở trên, được các Vị Sáng Lập đặt ra để làm dịu đi những xung đột chính trị và duy trì tính thống nhất quốc gia, đang bị đảng Dân Chủ và những kẻ ủng hộ vây hãm chằng chịt. Những cơ quan này bao gồm Đại cử tri đoàn và Thượng viện, những cơ quan mà đảng Dân Chủ tìm cách bãi bỏ vì cho rằng "phi Dân Chủ"; loại trừ cả cơ quan tư pháp độc lập, mà các đảng viên Dân Chủ muốn tạo ra một phần phụ của ngành lập pháp bằng cách tăng số thành viên trong Tối Cao Pháp Viện; loại bỏ hệ thống liên bang dành riêng cho các tiểu bang, như một số quyền hạn nhất định mà các cơ quan hành chính ở Washington không được xâm phạm; và bãi bỏ hệ thống bầu cử truyền thống, mà đảng Dân Chủ từ chối bảo vệ bằng cách cho phép mọi người được bầu không cần xác thực thẻ căn cước của cử tri.

Nhưng nguy hiểm nhất khi đảng Dân Chủ luôn rêu rao rằng cử tri bị phân chia theo chủng tộc; bôi nhọ đối thủ bằng cách liệt họ vào nhóm da trắng thượng đẳng và phân biệt chủng tộc, đồng thời tấn công tàn bạo vào niềm tin tôn giáo của người dân. Đảng Dân Chủ và đang tiến hành một cuộc tấn công liên tục vào tinh thần hài hòa gắn kết các cử tri lại với nhau và chủ đích đưa đất nước vào con đường trở thành một quốc gia độc đảng.

Những Chia Rẽ Phải Đối Đầu

Sự chia rẽ giữa các phe đảng trong nước, cùng với các cuộc tấn công vào các thể chế ôn hòa, giờ đây có nguy cơ phá hủy các truyền thống liên kết người dân Mỹ lại với nhau. Chúng làm suy yếu khả năng đưa ra các giải pháp lưỡng đảng cho các vấn đề phổ biến như đại dịch vi khuẩn và tình trạng hỗn loạn dân sự. Người Mỹ giờ đây phát biểu bằng các ngôn ngữ chính trị khác nhau nếu không nói là đối nghịch, và hai đảng bị phân cực đến mức ngay cả tiến trình bầu cử cũng đang bị tấn công.

Những lo ngại về truyền thống tiến trình bầu cử không phải là mới, nhưng nó đạt đến đỉnh điểm nghiêm trọng trong cuộc bầu cử tổng thống năm 2000 do tranh chấp kiểm phiếu ở Florida. Cuối cùng, Tối Cao Pháp Viện phải đứng ra để phân xử tranh chấp, và quyết định có lợi cho ứng cử viên đảng Cộng Hòa, George W. Bush, và ông trở thành tổng thống thứ 43 của Hoa Kỳ. Kết quả bầu cử này không bao giờ được chấp nhận bởi các đảng viên Dân Chủ bị đánh bại, những người gọi Bush là "được chọn" chứ không phải "được bầu," và do đó bất hợp pháp.

Vào năm 2003, sự rạn nứt trong cơ chế chính trị Bush trực tiếp dẫn đến sự trở mặt trắng trợn chưa từng thấy qua việc đảng Dân Chủ ủng hộ cuộc chiến Iraq. Đó là cuộc chiến mà George W. Bush khởi xướng và các đảng viên Dân Chủ đồng ý đem quân triệt hạ Saddam. Một cuộc bầu cử sơ bộ tổng thống của đảng Dân Chủ tình cờ diễn ra vào mùa xuân năm 2003, cùng lúc với cuộc xâm lăng của Mỹ. Khi một nhà hoạt động phản chiến tên là Howard Dean gần như trở thành ứng cử viên tổng thống đại diện cho đảng Dân Chủ, các đảng viên Dân Chủ bỗng đồng loạt quay lưng lại với cuộc chiến mà họ từng phê chuẩn trước đây. Không có gì thay đổi trên chiến trường để châm ngòi cho sự trở mặt này. Các đảng viên Dân Chủ biện minh cho việc chống đối bằng cách bôi nhọ tổng thống mà họ xem là kẻ mạo danh chính trị vì cuộc đếm phiếu gây tranh cãi ở Florida ba năm trước đó. Đảng Dân Chủ cho rằng Bush nói dối về thông tin tình báo liên quan đến "vũ khí hủy diệt hàng loạt" để lừa họ ủng hộ cuộc chiến. Rõ ràng đây là một kết tội sai lầm, vì các đảng viên Dân Chủ đều là thành viên trong ủy ban Tình báo có quyền truy cập cùng một tài liệu thông tin mà Bush dựa vào để ra quyết định tấn công Iraq. Nhưng chi tiết trung thực này vẫn không ngăn cản các đảng viên Dân Chủ thực hiện chiến dịch tranh cử tổng thống năm 2004 với chủ đề *Bush nói dối, mọi người đi bán muối!* – một lời vu khống tạo ra sự chia rẽ giữa các đảng phái và gây ra những hậu quả nghiêm trọng cho cả cuộc chiến và tương lai chính trị của đất nước Hoa Kỳ.

Ủy Ban Carter-Baker Cố Gắng Cứu Chữa Rạn Nứt

Để giải quyết sự rạn nứt làm suy yếu sự thống nhất của nước Mỹ và khả năng tự vệ của quốc gia, cựu tổng thống đảng Dân Chủ Jimmy Carter hợp tác với cựu Ngoại trưởng đảng Cộng Hòa James Baker. Họ cùng nhau thành lập "Ủy ban Cải Cách Bầu Cử Liên Bang" Carter-Baker. Sau một cuộc điều tra kéo dài một năm, họ đưa ra một phúc trình với một loạt các khuyến nghị nhằm tăng cường tính trung thực của tiến trình bầu cử và thống nhất đất nước.

Trong số các kết luận chính của họ là khuyến nghị tăng yêu cầu xác thực thẻ căn cước của cử tri; giảm thiểu việc sử dụng các lá phiếu bầu bằng thư, vốn "vẫn là nguồn gian lận bầu cử có tiềm năng lớn nhất"; cấm thành phần thứ ba thu thập phiếu bầu; để thanh lọc danh sách cử tri của tất cả các tên không đủ điều kiện hoặc gian lận; và cho phép các quan sát viên bầu cử giám sát việc kiểm phiếu mà không bị hạn chế hoặc cản trở.

Vào năm 2019, một năm trước cuộc tranh cử giữa Biden và Trump, đất nước trở nên phân cực về chính trị đến mức các đảng viên Dân Chủ phát động một chiến dịch lớn nhằm thay đổi luật bầu cử. Họ chọn những cách đi ngược lại mọi khuyến nghị của Carter-Baker và làm cho việc gian lận bầu cử trở nên dễ dàng hơn. Họ biện minh cho nỗ lực này là nhằm chấm dứt "sự đàn áp cử tri" dựa trên chủng tộc, cứ như người da đen và các nhóm thiểu số khác không có khả năng hiểu biết các quy tắc bầu cử giống như người da trắng.

Để thực hiện những thay đổi đó, đảng Dân Chủ đệ trình gần 300 vụ kiện, nhiều vụ tập trung vào các tiểu bang nòng cốt. Các vụ kiện rầm rộ tại các tòa án nhằm mở rộng việc bầu bán bằng thư qua đường bưu điện, do đó không thể kiểm soát thẻ căn cước của các cử tri, cho phép thành phần thứ ba thu thập lá phiếu và hợp pháp hóa các thông lệ khác mà Ủy ban Carter-Baker đặc biệt khuyến nghị phải loại bỏ. Các đảng viên Dân Chủ ngang nhiên tấn công vào tính truyền thống cuộc bầu cử bằng cách cử 600 luật sư và 10.000 tình nguyện viên đến các tiểu bang trên toàn quốc, ba tháng trước cuộc bầu cử tổng thống năm 2020 – bao gồm tất cả các tiểu bang nòng cốt. Mục đích của họ là dùng ảnh hưởng và ép buộc thay đổi luật bầu cử bằng cách cho phép nới lỏng và đảo ngược các quy định được lập ra từ lâu nhằm bảo đảm tiến trình bầu cử trung thực và công bằng hơn.

Trump Chống Trả

Được cảnh giác và báo động trước cuộc tấn công của đảng Dân Chủ vào các thủ tục bầu cử, Trump đáp lại bằng lời lẽ trên trang Twitter của ông: "Khi khuyến khích và cho phép bỏ phiếu bằng thư (không phải bỏ phiếu vắng mặt), năm 2020 sẽ là cuộc bầu cử KHÔNG CHÍNH XÁC & LỪA ĐẢO nhất trong lịch sử. Đó là một sự xấu hổ lớn đối với Hoa Kỳ." Sau đó, ông đặt câu hỏi thẳng thừng: "Hoãn cuộc bầu cử cho đến khi mọi người có thể bỏ phiếu đúng cách, bảo đảm và an toàn???"

Đó là cách nói gây hiểu lầm theo cung cách Trump.

Thật ra Trump không có quyền trì hoãn cuộc bầu cử, nhưng ông nói với ngụ ý cứ thử xem sao, khiến đảng Dân Chủ liên tục nghi ngờ rằng Trump sẽ sử dụng quyền hành pháp của mình để ngăn chặn cuộc bầu cử và tại vị vĩnh viễn. Nhiều tháng trước đó, đối thủ của ông, Joe Biden, đưa ra chính xác lời buộc tội đó: "Tin tôi đi," Biden nói vào tháng Tư. "Tôi nghĩ rằng bằng cách nào đó Trump sẽ cố gắng đẩy lùi cuộc bầu cử, đưa ra một số lý do tại sao nó không thể được tiến hành." Giống như kết tội Bush nói dối, những lời nói gieo hỏa mù tệ hại của đảng Dân Chủ về Trump khiến những kẻ ủng hộ Biden càng tin là chuyện có thật.

Đối với Trump và những người ủng hộ ông, ý nghĩa của các quy tắc mới rất rõ ràng. Đảng Dân Chủ sẽ tìm mọi cách để đánh cắp cuộc bầu cử. Theo các cuộc thăm dò, 61% đảng viên Dân Chủ coi Trump và những người ủng hộ ông là "phân biệt chủng tộc" và 54% cho rằng nhóm theo Trump là những kẻ "thiếu hiểu biết" – một dấu hiệu cho thấy sự phân cực bè phái đi xa đến mức nào. Họ căm ghét Trump cùng cực và các cử tri ủng hộ ông quá mức đến nỗi họ sẵn sàng dùng mọi phương tiện để ngăn chặn ông. Mặt khác, Trump hầu như bất lực để ngăn chặn tác động tiêu cực mà các quy tắc mới có thể gây bất lợi cho ông. Ví dụ, ông thấy các đảng viên Dân Chủ ở Pennsylvania – một bang chiến lược quan trọng với 20 phiếu đại cử tri – thay đổi các quy tắc bầu cử để có lợi cho phe Dân Chủ, mặc dù họ vi phạm Hiến

Pháp Hoa Kỳ khi làm như vậy. Thấy mà chẳng làm được gì để thay đổi.

Điều II, Mục 1, Khoản 2 của Hiến Pháp Hoa Kỳ quy định rõ ràng rằng các quy tắc điều chỉnh các cuộc bầu cử thuộc thẩm quyền của cơ quan lập pháp của các tiểu bang. Điều khoản này được đặt ra với mục đích tản quyền và Dân Chủ hóa quy trình bỏ phiếu, ngăn chặn nỗ lực giành quyền trơ trẽn của một đảng phái thông qua các tổ chức có ứng cử viên thất cử. Bất chấp mệnh lệnh hiến pháp rõ ràng này, nhóm pháp lý của đảng Dân Chủ bỏ qua cơ quan lập pháp Pennsylvania do đảng Cộng Hòa kiểm soát và kháng cáo trực tiếp lên Tối Cao Pháp Viện của tiểu bang, tòa án mà đảng Dân Chủ chiếm đa số 5-2.

Tối Cao Pháp Viện của tiểu bang do đảng Dân Chủ khuynh loát chống lại các quy tắc bầu cử Trump đề ra bằng cách ủy quyền bất hợp pháp một loạt các quy tắc bầu cử mới hoàn toàn có lợi cho đảng Dân Chủ. Ví dụ, như học giả có sách bán chạy nhất Mark Levin giải thích: "Chỉ vài tháng trước cuộc tổng tuyển cử [2020], tòa án tối cao viết lại luật bầu cử của tiểu bang và bãi bỏ điều lệ phải xác thực chữ ký hoặc ít nhất ăn khớp chữ ký, không cần kiểm tra các dấu bưu điện nhằm bảo đảm phiếu bầu đúng hạn và cố tình kéo dài thời gian kiểm phiếu bầu bằng thư mãi đến thứ Sáu lúc 5:00 chiều." (trong khi luật tiểu bang ấn định ngày giờ rõ ràng về ngày bầu cử, tức là chấm dứt việc kiểm phiếu vào thứ Ba lúc 8:00 tối, giờ miền đông;

tính ra từ thứ Ba đến thứ Sáu tức là kéo dài thêm 3 ngày, rõ ràng vi hiến). Nói cách khác, đảng Dân Chủ thay đổi căn bản luật bầu cử của Pennsylvania và vô hiệu hóa vai trò hiến pháp liên bang của cơ quan lập pháp đảng Cộng Hòa.

Việc nới lỏng các quy tắc và sự ngăn cản lộ liễu những giám sát viên thuộc đảng Cộng Hòa khiến việc "đếm phiếu" trở nên dễ dàng (gian lận) hơn và dẫn đến kết quả tăng đột biến sau nửa đêm. Một phiên điều trần của Thượng viện Pennsylvania ba tuần sau cuộc bầu cử, được trình bày với lời khai có tuyên thệ rằng trong một lố phiếu như vậy, Biden nhận được khoảng 570.000 phiếu bầu – tương đương 99,4% lố phiếu, trong khi Trump chỉ nhận được 3.200 hoặc 0,6% lố phiếu. Số phiếu sai biệt dẫn đến thắng lợi của Biden tại Pennsylvania chỉ khoảng 81.000 phiếu.

Trong nỗ lực cứu vãn tình hình trước khi quá muộn, Trump và những người ủng hộ đệ trình 61 vụ kiện, nhưng hầu như không vụ nào được các thẩm phán xét xử, thậm chí còn bị loại bỏ ngay từ đầu. Các thẩm phán không xét xử viện lẽ thủ tục rườm ra và nhiêu khê nhưng lý do chính vẫn là có thành kiến (không thích) với Trump, hoặc lo sợ những hậu quả tai hại xảy ra nếu họ đảo ngược kết quả bầu cử tổng thống. Các tòa án này cũng bác bỏ là hàng nghìn bản tuyên thệ và tuyên bố, lời khai của các nhân chứng ở nhiều địa điểm khác nhau của tiểu bang, cũng như các phân tích bầu cử do các tổ chức tư vấn và trung tâm pháp lý công bố, kể cả video và bằng chứng hình ảnh về sự thối nát của quá trình kiểm phiếu.

Nhiều Phiếu Bầu Nhất Trong Lịch Sử Bầu Cử

Khi các phiếu bầu được kiểm và có kết quả, hai yếu tố nổi bật đặc biệt gây tổn hại cho Trump. Điều đầu tiên và quan trọng nhất là niềm tin rằng ông chiến thắng. Trong hơn bốn năm, các đảng viên Dân Chủ và các đồng minh truyền thông của họ tiến hành một chiến dịch vu khống không ngừng chống lại ông, gọi ông "tồi tệ hơn cả Hitler," một "người theo chủ nghĩa da trắng thượng đẳng," một "người phân biệt giới tính," một "kẻ phân biệt chủng tộc," một "kẻ phản bội," và thậm chí là một kẻ "sát nhân hàng loạt."

Lời buộc tội "sát nhân hàng loạt" do chính Joe Biden, đối thủ tổng thống của Trump, nói ngay trước thềm cuộc bầu cử. Trước 70 triệu khán giả truyền hình của cuộc tranh luận tổng thống cuối cùng, Biden kết tội Trump giết chết các bệnh nhân Covid kể từ khi đại dịch bắt đầu:

220.000 người Mỹ chết (vì đại dịch). Nếu quý vị không nghe thấy gì lời tôi nói tối nay, thì chỉ cần nghe điều này: Bất kỳ ai chịu trách nhiệm về việc không làm đúng mức trong đại dịch – đúng ra, không dám thẳng thắn nói rằng, tôi không làm hết khả năng để cứu các nạn nhân – bất kỳ ai chịu trách nhiệm về những cái chết đó không nên tiếp tục làm Tổng Thống Hoa Kỳ.

Cho dù những lời dối trá này được lập đi lập lại trên truyền thông dòng chính, vào những giờ đầu của kết quả bầu cử năm 2020, Trump vượt trội so với mọi tổng thống đương nhiệm trước ông. Tất cả mọi người, kể cả Barack Obama, đều nhận được ít phiếu bầu hơn trong cuộc tranh cử nhiệm kỳ thứ hai. Nhưng vào năm 2020, Trump vượt xa các ứng viên khác đến 11,2 triệu phiếu bầu, nâng tổng số phiếu bầu của ông lên hơn 74 triệu, số phiếu bầu nhiều nhất từng được bầu cho một tổng thống Mỹ trong quá khứ.

Mặt khác, muốn tin Biden thật sự thắng cử, người ta phải tin thêm những chi tiết sau: một người có vấn đề về tâm trí, kẻ ngồi mãi dưới tầng hầm để vận động tranh cử, người hầu như không thể duy trì dòng suy nghĩ mạch lạc và không thể đọc hết bài phát biểu tranh cử mà không có máy ghi hàng chữ từ xa, kẻ chỉ thu hút không đến trăm người khi vận động tranh cử, trong khi Trump dễ dàng thu hút 30 đến 50 nghìn người ủng hộ đến các cuộc mít tinh – và cuối cùng, người ta phải tin rằng nhân vật vụng về tệ hại như thế lại nhận được gần 12 triệu phiếu bầu nhiều hơn so với Barack Obama vào thời đỉnh điểm của ông ta.

Trump cũng tự tin rằng ông thắng vì bất chấp tất cả những điều bất thường và vi hiến trong chiến dịch tranh cử của Biden, tỷ lệ chiến thắng của Biden vẫn rất mong manh. Làm một con tính sẽ thấy. Có khoảng 159 triệu phiếu bầu trong cuộc bầu cử tổng thống năm 2020, Biden thắng với 43.000 phiếu nhiều hơn so với phiếu bầu cho Trump – hay một cách khác, chỉ là 0,027 phần trăm tổng số phiếu bầu. Nếu các phiếu bầu bất hợp pháp ở Pennsylvania và hai tiểu bang nòng cốt khác bị tòa án hủy bỏ hợp hiến, Trump nắm chắc chiến thắng trong tay.

Một Sự Thật Đau Lòng Thứ Hai

Sự thật đau lòng thứ hai Trump nhìn nhận chính là vì những người trong cùng một đảng Cộng Hòa – năm trong số sáu bang nòng cốt, phe Cộng Hòa chiếm đa số trong các cơ quan lập pháp nhưng họ từ chối thi hành các điều khoản ghi rõ trong hiến pháp để tuyên bố các quy tắc mới của đảng Dân Chủ là vi hiến, và dẫn đến chiến thắng cho Trump. Bất chấp những lời kêu gọi trực tiếp của Trump đến các nhà lập pháp đảng Cộng Hòa này, họ vẫn khoanh tay đứng nhìn và từ chối điều tra hoặc bác bỏ các thủ tục tố tụng bất hợp pháp của đảng Dân Chủ.

Sửa soạn qua năm 2021, Trump hầu như không còn một cơ quan có thẩm quyền nào để khiếu nại các vi hiến của đảng Dân Chủ. Đội ngũ của Trump đệ trình 61 vụ kiện lên các tòa án cấp dưới, gần như tất cả đều từ chối xem xét bằng chứng. Hy vọng duy nhất mà họ còn lại là một vụ kiện của bang Texas. Vụ kiện ở Texas được ủng hộ bởi 126 trong số 196 đảng viên Cộng Hòa tại Hạ Viện và 19 bang của đảng Cộng Hòa cũng đệ trình kiến nghị ủng hộ. Trump xem đó là "vụ kiện lớn." Nó tìm cách trì hoãn cuộc bỏ phiếu của các đại cử tri tổng thống ở các tiểu bang nòng cốt như Georgia, Michigan, Pennsylvania và Wisconsin, lập luận rằng các thủ tục bỏ phiếu bị thay đổi và vi phạm luật của chính các tiểu bang đó và đi ngược lại Hiến Pháp. Những phiếu bầu bất hợp pháp này làm giảm giá trị các phiếu bầu ở những tiểu bang nồng cốt khác, chẳng hạn như Texas, vì chính chúng làm lệch kết quả của cuộc bầu cử trên toàn quốc.

Vào ngày 11 tháng 12, mặc dù chiếm đa số bảo thủ, Tối Cao Pháp Viện từ chối xét xử vụ kiện. "Tối Cao Pháp Viện thực sự làm chúng ta thất vọng," Trump viết trên Twitter với lời lẽ tuyệt vọng. "Không Sáng Suốt, Không Dũng Cảm!" Không còn một công lý nào dành cho Trump từ cơ quan tư pháp.

Bất Đồng Ý Kiến Là Phản Quốc

Trong một bình luận tiêu biểu của phe chính trị cánh tả, Mike Gwin, phát ngôn viên của Biden, cho biết: "Tòa án Tối cao nhanh chóng và dứt khoát bác bỏ các cuộc tấn công mới nhất của Donald Trump và các đồng minh của ông ấy vào tiến trình Dân Chủ." Gwin nói thêm: "Điều này không có gì ngạc nhiên – hàng chục thẩm phán, viên chức bầu cử của cả hai đảng và Bộ Trưởng Tư Pháp của chính Trump bác bỏ những nỗ lực vô căn cứ của ông ta nhằm phủ nhận một kết quả hiển nhiên là ông ấy thua trong cuộc bầu cử. Chiến thắng rõ ràng và minh định của Tổng Thống đắc cử Biden sẽ được Đại cử tri đoàn phê chuẩn vào thứ Hai và ông sẽ tuyên thệ nhậm chức vào ngày 20 tháng 1."

Sự phản bội của các cơ quan lập pháp đảng Cộng Hòa đi kèm với sự bội phản của những người Cộng Hòa nổi tiếng khác, những người nợ Trump và nợ cử tri Mỹ nhiều hơn mức họ tưởng. Món nợ này bao gồm Bộ Trưởng Tư Pháp William Barr, Phó Tổng Thống Mike Pence và Lãnh đạo Đa số Thượng viện Mitch McConnell, tất cả những người này lẽ ra phải đứng ra ủng hộ nỗ lực đòi hỏi một phiên điều trần để trả công bằng cho Trump, nhưng họ từ chối không làm như vậy.

Qua nỗ lực của Trump nhằm khắc phục một cuộc bầu cử bất công thối nát, các đảng viên Dân Chủ cố tình và liên tục nhầm lẫn giữa việc thắc mắc về kết quả bầu cử với việc tấn công vào chính nền Dân Chủ, mà họ xem đó là tội phản quốc. "Tôi nghĩ điều này gần giống với tội phản quốc," Lãnh đạo Đa số Hạ Viện Steny H. Hoyer nói với Washington Post. "Ông ấy đang làm suy yếu bản chất của nền Dân Chủ, đó là: bạn đi vào phòng phiếu, bỏ phiếu và người dân quyết định. Thế thì còn nghi ngờ gì nữa, người dân quyết định." Đồng tình với xu hướng chung trên phương tiện truyền thông dòng chính, Dana Milbank, ngôi sao của tờ Post, phóng viên của

Washington, viết: "Tổng Thống Trump vi phạm bất kỳ luật lệ và quy tắc nào trong suốt 4 năm cầm quyền đầy chuyện tồi tệ. Ông ta lại vị phạm thêm một tội nữa trong những ngày cuối cùng tại vị: phản quốc."

Tuy vậy, đảng Dân Chủ và đám truyền thông cùng phe phớt lờ lời kết tội nghiêm trọng này vì tính toán rằng làm như vậy sẽ đẩy đối thủ của họ vào thế thụ động. Bị buộc tội là kẻ thù của nền Dân Chủ và là kẻ phản bội quốc gia rõ ràng là đòn độc hại đối với những ai có tham vọng chính trị, đặc biệt là với một phương tiện truyền thông ra rả lặp đi lặp lại ngày đêm lời kết tội như vậy. Những lời kết tội nặng nề về tội phản quốc làm nhụt ý chí của một số viên chức thuộc đảng Cộng Hòa, và chắc chắn là một yếu tố quan trọng để giải thích tại sao họ sẵn sàng bỏ đảng (Cộng Hòa).

Nên lưu ý điều này. Lời tuyên bố hàm hồ của đảng Dân Chủ cho rằng thách thức một cuộc bỏ phiếu là phản quốc, nhưng trên thực tế sau mỗi cuộc bầu cử, hầu như luôn có những thắc mắc và thách thức như thế và điều này hoàn toàn hợp pháp trong khuôn khổ Dân Chủ. Các chế độ độc tài cấm người dân chỉ trích các cuộc bầu cử của họ; nhưng trong nền Dân Chủ thì không. Nên vạch trần thói đạo đức giả này một lần cho rõ, vì chính các đảng viên Dân Chủ thắc mắc và thách thức kết quả của cả ba chiến thắng (năm 2000, 2004, và 2016) của đảng Cộng Hòa trong cuộc bầu cử tổng thống, kích động việc hủy bỏ các đại cử tri và tìm mọi cách đảo ngược kết quả bầu cử.

"Ngưng Ngay Chuyện Ăn Cắp"

Trong một nỗ lực cuối cùng, Trump tuyên bố rằng ông sẽ tổ chức một cuộc biểu tình "Ngăn Chặn Ăn Cắp" vào ngày 6 tháng 1 năm 2021, ngày mà Hạ Viện dự kiến triệu tập để chứng thực lá phiếu của các đại cử tri và xác nhận kết quả bầu cử. Trump biết tình trạng vô luật pháp trở thành chuyện bình thường ở các thành phố thuộc quyền kiểm soát của đảng Dân Chủ kể từ sau cái chết của George Floyd vào tháng 5 năm 2020, và ông cũng biết có những kẻ xấu từ cả hai phía lợi dụng tình trạng hỗn loạn bạo động, ẩu đả, và gây rối, nên Trump đề nghị cung cấp 10.000 lính Vệ binh Quốc gia liên bang để bảo vệ Điện Capitol vào ngày 6 tháng 1. Lời đề nghị của ông bị Thị trưởng đảng Dân Chủ và người ủng hộ Black Lives Matter, Muriel Bowser, từ chối. Lời đề nghị của Trump cũng bị Nancy Pelosi và Cảnh sát Điện Capitol từ chối.

Cuộc biểu tình "Chấm Dứt Chuyện Ăn Cắp" của Trump diễn ra tại Ellipse, một công viên nằm cách Điện Capitol khoảng 2 dặm. Tổng thống phát biểu trong hơn một giờ trước khoảng 100.000 người reo hò ủng hộ. Bài phát biểu của ông tập trung vào những người Cộng Hòa "nhát đảm" không bảo vệ được tính trung thực của cuộc bầu cử. Chủ đề thứ hai là sự cần thiết phải xây dựng một đảng Cộng Hòa mới sẵn sàng chiến đấu để đặt nước Mỹ lên hàng đầu và khôi phục truyền thống cố hữu. Trump triệu tập đám đông để kêu gọi người dân phải loại trừ các đảng viên Cộng Hòa nhát đảm trong cuộc bầu cử giữa nhiệm kỳ năm 2022 và thay thế họ bằng những đảng viên Cộng Hòa "chiến đấu dũng mãnh." Phần thứ ba trong bài phát biểu, Trump nêu ra các "bằng chứng" về sự gian lận bầu cử mà các đảng viên Dân Chủ hoàn toàn phủ nhận.

Trump nói với đám đông: "Trong nhiều năm, đảng Dân Chủ trốn tránh được chuyện gian lận bầu cử." Ông nói: "Những người Cộng Hòa nhát đảm" phải chịu trách nhiệm về thực tại đó. "Tôi nghĩ tôi phải lập đi lập lại cụm chữ này: những đảng viên Cộng Hòa nhát đảm. Bọn nhát đảm này khá nhiều chứ không ít… Họ nhắm mắt làm ngơ, ngay cả khi đảng Dân Chủ ban hành các chính sách làm mất việc làm của chúng ta ngay trên đất nước này, làm suy yếu quân đội, bỏ ngõ biên giới cho đám di dân lậu và đặt nước Mỹ vào vị trí cuối cùng... Năm nay, lấy cớ là vi khuẩn Tàu và trò lừa đảo bầu bằng thư, đám Dân Chủ ăn cắp trắng trợn cuộc bầu cử và từ trước đến nay chưa từng có chuyện như thế xảy ra. Vì vậy, đây là một vụ trộm trong lịch sử Hoa Kỳ. Ai ai cũng biết điều đó."

"Tất cả chúng ta phải chiến đấu tận lực," Trump tiếp tục. "Và nếu một số người không chiến đấu, chúng ta phải loại bỏ họ ra khỏi nhóm. Chính quý vị làm (loại bỏ) điều đó… Bởi vì quý vị sẽ không bao giờ lấy lại đất nước của chúng ta với những kẻ nhát đảm. Quý vị phải thể hiện sức mạnh và quý vị phải hành động dũng cảm. Chúng ta đến để yêu cầu Quốc Hội (ngày đếm phiếu của đại cử tri) làm cho đúng và chỉ đếm những đại cử tri được chọn một cách hợp pháp, đúng luật. Tôi biết rằng tất cả mọi người ở đây sẽ sớm diễu hành đến Tòa Nhà Quốc Hội để lên tiếng đòi hỏi một cách hòa bình và trong tinh thần yêu nước."

Phần lớn bài phát biểu dành để đưa ra bằng chứng mà những người ủng hộ ông thu thập được về gian lận bầu cử mà đảng Dân Chủ cứ ra rả chối là không có – như những cử tri chết, những cử tri bất hợp pháp, những người không còn sống ở một tiểu bang nhưng vẫn có phiếu bầu, các quận có nhiều phiếu bầu hơn số cử tri trong quận; còn thêm nữa, các lá phiếu bầu bằng thư, thùng phiếu không an toàn, cách thu thập lá phiếu đưa vào quy trình bầu cử một cách bất hợp pháp để giúp việc gian lận dễ dàng hơn.

"Ở Pennsylvania," Trump nói, "ngoại trưởng của đảng Dân Chủ và các thẩm phán Tối Cao Pháp Viện của tiểu bang thuộc đảng Dân Chủ bãi bỏ bất hợp pháp các yêu cầu xác minh chữ ký chỉ 11 ngày trước cuộc bầu cử. Nên dừng lại và suy nghĩ xem tại sao họ không cần chữ ký. Tôi xin hỏi lần nữa, không cần xác minh chữ ký mười một ngày trước cuộc bầu cử. Tại sao thế? Thưa, rõ ràng vì họ muốn gian lận. Đó là lý do duy nhất. Có ai lại đưa ra một điều lệ quái gở đến thế? Không cần xác minh chữ ký khi đi bầu?

Đó là một câu hỏi hay, nhưng nếu đặt câu hỏi,

theo đảng Dân Chủ, lại là phản quốc.

Bài phát biểu của Trump kết thúc bằng những lời sau: "Chúng tôi sẽ cố gắng mang lại cho [những người Cộng Hòa nhát đảm] niềm tự hào và sự dũng cảm mà họ cần để giành lại đất nước của chúng ta. Vì vậy, chúng ta cùng nhau đi bộ xuống Đại lộ Pennsylvania."

CHƯƠNG 2

Nổi Dậy và Luận Tội (Đàn Hặc)

Ngay trước khi ông Trump kết thúc bài phát biểu, có vài ngàn trong đám đông 100.000 người rời khỏi địa điểm tụ tập ở Ellipse và bắt đầu đi bộ trên đoạn đường dài tới Điện Capitol. Hầu hết những người này ở bên ngoài Điện Capitol, nhưng đâu đó trong khu vực, có khoảng từ 600 đến 800 người tìm cách đi vào bên trong tòa nhà. Họ được dẫn đầu bởi chừng năm sáu người phá cửa trước và cửa sổ để đi vào. Một trận hỗn chiến xảy ra giữa lực lượng Cảnh Sát Thủ Đô thiếu nhân lực và không được trang bị đầy đủ, chống lại một phần nhỏ của đám đông gồm các nhóm cực hữu đến đó để tranh đấu. Không có sự phối hợp chặt chẽ để bảo vệ vành đai Điện Capitol, vì vậy những người biểu tình vào được bên trong Điện Capitol hầu như không bị cản trở và không bị phản đối.

Mấy tháng sau, hơn 650 người vào bên trong toà nhà chính thức bị tố cáo với các tội danh khác nhau, từ xâm nhập vào chỗ cấm, đến chống lại việc bắt giữ và âm mưu tổ chức một biến động chính trị.

Theo Văn Phòng Chưởng Lý Quận Columbia,

– Có ít nhất 165 người bị tố cáo về tội tấn công, chống cự hoặc cản trở các cảnh sát viên và nhân viên trong Điện Capitol.

– Máy vi tính xách tay và bục thuyết trình của Chủ Tịch Hạ Viện Nancy Pelosi bị đánh cắp.

– Trong tất cả những người bị bắt, thì chín mươi chín người có liên hệ với nhóm cực hữu The Oath Keepers (Những Người Giữ Lời Thề) và Proud Boys (Những Chàng Trai Tự Hào).

– Hầu hết những người bị bắt là những công dân bình thường như 100.000 người tụ tập để nghe bài phát biểu "Stop the Steal" (Ngưng Đánh Cắp) của Trump không đột nhập vào Điện Capitol. Không như những thanh niên phá phách và cướp bóc các thành phố Hoa Kỳ suốt mùa hè 2020, đại đa số họ đến DC để biểu tình một cách ôn hòa. Và những người bị bắt kể trên, đa số chỉ phạm tội xâm nhập vào chỗ cấm.

Theo Đài Phát Thanh Công Cộng Quốc Gia NPR, có 44 bị cáo, tức 7% số người bị bắt là thực sự bị buộc tội âm mưu phối hợp hành động với những người khác để đột nhập và chống đối.

Một cuộc điều tra của FBI sau đó chứng thực và kết luận rằng có rất ít bằng chứng cho thấy toàn bộ cuộc biểu tình được phối hợp với nhau.

Một bản tin của Reuters viết về cuộc điều tra của FBI cho biết: "Các đặc vụ điều tra của FBI phát giác chỉ có vài nhóm người biểu tình, bao gồm cả những người theo các tổ chức cực hữu The Oath Keepers và Proud Boys là có chủ ý đột nhập vào Điện Capitol. Nhưng họ không tìm được bằng chứng nào cho thấy các nhóm trên đây có kế hoạch thực sự về những gì cần phải làm nếu họ vào được bên trong toà nhà Quốc Hội."

Reuters viết thêm: "Cơ quan FBI cho đến nay không tìm được bằng chứng nào cho thấy Tổng Thống Trump hoặc những người trực tiếp xung quanh ông ấy tham gia vào việc tổ chức bạo động."

Vẫn cùng một bản tin của Đài Phát Thanh Quốc Gia NPR, có ít nhất 21 bị cáo là người của The Oath Keepers. Sự hiện diện của họ trong biến cố đó, chính ra là thẩm quyền của Điện Capitol biết từ trước rồi. Trước ngày 6 tháng 1 khá lâu, The Oath Keepers được quân đội và các cơ quan chấp pháp chính thức mô tả là "lực lượng dân quân lớn nhất nước Mỹ," là lực lượng "nổi bật nhất của nhóm chống chính phủ Hoa Kỳ," và là "mối đe dọa nội địa của cánh hữu cực đoan đối với toàn bộ quân đội Hoa Kỳ." Steward Rhode, thủ lĩnh của The Oath Keeper, được xem như là người phối hợp kế hoạch đột nhập Điện Capitol vẫn chưa bị bắt, chưa bị điều tra hay bị tố cáo với bất kỳ tội danh nào. Dưới nhãn quan của những người hoài nghi, lời giải thích hợp lý duy nhất cho sự thiếu sót này là "một quyết định có chủ ý của Bộ Tư Pháp nhằm bảo vệ anh ta."

Trong các diễn biến khiến cho phía cánh hữu cho đó là thuyết âm mưu, do các phóng viên điều tra của Đài Phát Thanh Quốc Gia NPR loan tin rằng, ít nhất 13 phần trăm những người bị buộc tội có thể có liên hệ với quân đội hoặc cơ quan thực thi pháp luật. Ngoài ra, còn có rất nhiều tường trình liên quan đến khoảng 20 "đồng phạm không bị truy tố, những kẻ chủ mưu có tên trong bản cáo trạng nhưng không bị buộc tội" dẫn đến suy đoán rộng rãi rằng họ là những người thu thập tin tức để phúc trình với FBI và là những kẻ do FBI gài vào để kích động bạo lực. Trong khi các phương tiện truyền thông chống Trump bác bỏ các thuyết âm mưu, thì FBI buộc phải xác nhận dữ kiện mười tám người đàn ông tham gia vào một âm mưu bắt cóc Thống Đốc Michigan Gretchen Whitmer trước đây, trong đó có ít nhất hơn mười hai người được FBI trả tiền để thu thập và phúc trình tin tức. Điều này khiến những người chỉ trích hỏi rằng, liệu FBI thật sự có chủ ý phá vỡ âm mưu bạo động trong ngày 6 tháng 1, hay là cố ý kích động cho nó xảy ra.

Cũng có những câu hỏi đáng nghi về việc từ chối điều động 10,000 vệ binh quốc gia để bảo vệ Điện Capitol do ông Trump đề nghị, cũng như sự thất bại của Cảnh Sát Điện Capitol trong việc cung cấp đầy đủ phương tiện bảo vệ an ninh ngay khi họ được thông báo là có rắc rối đang xảy ra, nhưng rồi các vụ này không hề được giải thích cũng như không được điều tra. Những dữ kiện vừa kể khiến nhiều người kết luận rằng toàn bộ biến cố ngày 6 tháng 1 là do các viên chức đảng Dân Chủ và các đồng minh của họ ở trong những cơ quan thực thi pháp luật cùng cấu kết dàn dựng, nhằm tạo ra một biến động vừa gây thiệt hại cho ông Trump vừa biện minh cho các hành vi đàn áp những người ủng hộ ông ấy.

Các nhà phê bình tương tự cũng vạch ra một thực tế là lãnh tụ của các tổ chức dân quân, trong đó có Enrique Tarrio, người đứng đầu Proud Boys, được biết từng hợp tác với FBI. Tự thân cuộc biểu tình dường như là sản phẩm trí tuệ của The Oath Keepers, là nhóm nổi bật nhất trong số các nhóm cực hữu, có những thành viên tham gia vào các cuộc xung đột võ lực với những kẻ nổi loạn Antifa và Black Lives Matter trong mùa hè bạo động. Các phúc trình sau đó tiết lộ rằng ba trong số những người của The Oath Keepers bị bắt đang hợp tác với cảnh sát. Theo lời khai của họ, Stewart Rhodes lên kế hoạch biểu tình từ tháng 11 năm 2020 để phá vỡ thủ tục đang diễn ra bên trong Điện Capitol. Cảnh sát Điện Capitol biết trước kế hoạch của The Oath Keepers vì họ báo động vụ này trên Parler, một nền tảng truyền thông xã hội trở nên nổi tiếng sau khi Twitter loại Tổng Thống Trump ra khỏi diễn đàn của họ.

Vào ngày 6 tháng 1, Rhodes viết trên Ứng Dụng Signal (một nền tảng nhắn tin được bảo vệ quyền riêng tư) lời giải thích của chính anh ta về cuộc biểu tình diễn ra bên trong Điện Capitol: "Tất cả những gì tôi thấy Trump làm chỉ là phàn nàn. Tôi không thấy ông ta có ý định hành động bất cứ điều gì. Vì vậy, những người yêu nước phải giành lấy nó vào tay của chính họ. Họ chịu đựng quá đủ rồi."

Đảng Dân Chủ Trên Đường Tấn Công

Nếu lãnh tụ nhóm dân quân cánh hữu coi việc đột nhập vào Điện Capitol là một hành động phản đối sự bất hành động của Trump, thì quan điểm của đảng Dân Chủ lại hoàn toàn trái ngược. Vào ngày hôm sau, bà Chủ Tịch Hạ Viện Pelosi bắt đầu đặt chuyện để buộc tội Trump: "Chào quý vị. Tôi không biết liệu rằng tính từ 'tốt' có phải là một cách để mô tả nó hay không, bởi vì hôm qua, Tổng Thống Hoa Kỳ kích động một cuộc nổi dậy vũ trang chống lại nước Mỹ, hân hoan mạo phạm vào Điện Capitol Hoa Kỳ là ngôi đền Dân Chủ của người Mỹ, và có hành động bạo lực nhắm vào Quốc Hội, nỗi kinh hoàng này sẽ mãi mãi ở trong lịch sử của đất nước chúng ta, do Tổng Thống Hoa Kỳ xúi giục... Khi kêu gọi hành động nổi loạn này, Tổng Thống đương nhiệm ngang nhiên tấn công tàn bạo vào quốc gia và toàn bộ người dân Mỹ."

Nỗ lực sốt sắng của bà Pelosi nhằm mô tả những

gì xảy ra bằng những lời lẽ tồi tệ nhất để tạo tiếng vang lôi kéo phản ứng của tất cả các đảng viên Dân Chủ, và thậm chí nhiều đảng viên Cộng Hòa, những người lo ngại các cuộc tấn công của đảng Dân Chủ vì họ mềm mỏng trước những gì được miêu tả là một tội ác ghê tởm. Sau khi mô tả vai trò của Trump trong biến cố này là phản bội, Pelosi tiếp tục kêu gọi phế truất ông ấy: "Tôi cùng với lãnh đạo đảng Dân Chủ tại Thượng Viện kêu gọi Phó Tổng Thống phế truất Tổng Thống ngay lập tức, chiếu theo Tu Chính Án Thứ 25. Nếu Phó Tổng Thống hoặc nội các không làm như vậy, Quốc Hội sẵn sàng tiến hành cuộc luận tội. Đó là ý kiến áp đảo trong ủy ban của tôi. Và đồng thời của công dân Hoa Kỳ nữa!"

Tuy nhiên, không có một điều nào trong những lời kể lể của Pelosi phù hợp với thực tế. Không có một câu nào trong bài phát biểu "Stop the Steal" của Trump là kích động bạo lực hoặc nổi dậy. Các hành động mà ông thúc giục là thể hiện sự ủng hộ nhằm củng cố quyết tâm của "những đảng viên Cộng Hòa nhát đảm" để họ phản đối việc chứng nhận đại cử tri, mà ông cho rằng được xác nhận một cách gian lận. Và, nếu điều đó không thành công, hãy "bỏ phiếu loại họ trong cuộc bầu cử sơ bộ" vào cuộc đầu phiếu giữa nhiệm kỳ năm 2022. Đây là những chiến thuật chính trị hoàn toàn hợp pháp, mà chính các đảng viên Dân Chủ cũng sử dụng nhiều lần trong quá khứ.

"Cuộc nổi dậy có vũ trang" mà Pelosi kết tội

Trump xúi giục cũng là hoang tưởng và ác ý. Không có một loại súng nào bị tịch thu từ những người bị bắt bên trong Điện Capitol, mặc dù CNN loan tin mà không có bằng chứng, rằng có một khẩu súng chưa sử dụng. Trong toàn bộ chiến dịch tranh cử, Trump không hề nói bất cứ điều gì để gây kích động ngoài qu trình Dân Chủ. Hơn nữa, nếu Trump có ý định tổ chức một cuộc nổi dậy, thì tại sao ông lại đề nghị điều động 10,000 Vệ Binh Quốc Gia có vũ trang để bảo vệ Điện Capitol vào ngày 6 tháng 1?

Các tường trình ban đầu về 5 người tử vong trong cuộc biểu tình khiến các đảng viên Dân Chủ cho rằng những phần tử quá khích trong đám đông sử dụng bạo lực chết người và dùng nó để chống lại Cảnh Sát Thủ Đô. Nhưng khi sự thật dần dần lộ ra, thì những lời buộc tội này cũng được chứng minh là sai. Điều không thoải mái cho các đảng viên Dân Chủ và giới truyền thông chống Trump là tất cả các trường hợp tử vong vào ngày 6 tháng 1 đều là những người ủng hộ Trump, ba người chết do các nguyên nhân tự nhiên liên quan đến căng thẳng đột quỵ, đau tim và một "trường hợp cấp cứu y tế" không xác định. Cái chết duy nhất của một sĩ quan Cảnh Sát Capitol, ông Brian Sicknick, do báo New York Times và chính Tổng Thống Biden công bố sai lạc, nhằm bôi nhọ những người biểu tình. Công bố này nói rằng cái chết của Sicknick là kết quả từ sự tấn công của một người biểu tình, cầm bình cứu hỏa đập vào đầu ông ấy. Trên thực tế, Sicknick là một người ủng hộ Tổng

Thống Trump nhiệt thành, ông qua đời vào ngày 7 tháng 1 sau hai lần đột quỵ. Lời kết tội ông ấy bị đánh bằng bình cứu hỏa cũng được chứng minh là sai, nhưng dù vậy các đảng viên Dân Chủ vẫn tiếp tục lặp lại lời kết tội đó rất lâu sau ngày 6 tháng 1.

Người duy nhất thực sự bị giết chết ở Điện Capitol là một phụ nữ 35 tuổi không mang vũ khí tên là Ashli Babbitt, là một cựu quân nhân phục vụ trong Quân Chủng Không Quân mười bốn năm, cô bị một cảnh sát viên của Điện Capitol bắn ngay vào đầu ở khoảng cách rất gần trong khi cô ấy không đe dọa một ai. Vụ giết người được một phóng viên thu hình, người này cũng bị bắt vì sự có mặt tại đó, video thu hình của anh ấy cũng bị tịch thu. Pelosi che giấu danh tính của cảnh sát viên nói trên và ông ta được trắng án sau một cuộc điều tra của Bộ Tư Pháp mà thủ tục được giấu kín trước công chúng. Đảng Dân Chủ cũng không phổ biến 14 ngàn giờ hình ảnh được thu từ các camera an ninh trong Điện Capitol, khiến cho nhiều người tin rằng các đoạn băng nguyên gốc chứa các bằng chứng không phạm tội và làm suy yếu các tuyên bố của đảng Dân Chủ về một "cuộc nổi dậy có vũ trang."

Cũng không có chuyện "xúc phạm" Điện Capitol như Pelosi tuyên bố, trừ phi nói đến chiếc máy vi tính xách tay và bục thuyết trình của bà ta bị đánh cắp, nhưng sau đó những đồ vật ấy được hoàn trả lại. Có vài cửa sổ bị vỡ, cửa ra vào cùng với một số đồ vật bị hư hại, nhưng không có đám cháy nào, không có kỷ vật lịch sử hay bức tượng nào bị đập phá (là hành động phổ biến của những người Black Lives Matter cực đoan thực hiện trong các cuộc bạo loạn); không có thành viên nào của Quốc Hội bị thương.

Nhưng mặt khác, sự cuồng loạn – có thật và được dàn dựng – to lớn đến mức nữ dân biểu Dân Chủ và là thủ lĩnh của "Biệt Đội Tứ Quái- SQUAD," Alexandria Ocasio-Cortez, bạo dạn tuyên bố rằng cô ta là đối tượng của một cuộc tấn công xém chết. Ocasio-Cortez viết trên Instagram: "Một chuyện thương tổn xảy đến với tôi. Và tôi thậm chí không biết liệu mình có thể tiết lộ toàn bộ chi tiết của sự việc đó hay không do những lo ngại về an ninh. Nhưng tôi có thể nói với quý vị rằng tôi có một cuộc chạm trán và tôi nghĩ là mình sắp chết." Nhưng khi kiểm lại, thì câu chuyện này coi như vỡ vụn vì người chạm trán trong văn phòng của cô ta là một cảnh sát viên của Điện Capitol, không phải kẻ bị tố cáo bạo loạn.

Đảng Dân Chủ Thay Đổi Chiến Lược

Khi bị các nhà phê bình gay gắt vạch trần các dữ kiện không hậu thuẫn cho câu chuyện dựng tóc gáy của họ, các đảng viên Dân Chủ bắt buộc phải sửa đổi các tĩnh từ và danh từ để tránh bị chế giễu. Nhưng họ trót làm như vậy trong khi ra sức bám víu lấy biến cố đó là mối đe dọa tận thế, để phục vụ lợi ích của họ khi kết tội phản quốc cho ông Trump và những người ủng hộ ông ấy. Theo thời gian, "cuộc nổi dậy vũ trang" chỉ còn đơn giản là "cuộc nổi dậy," nhưng bà Cori Bush, Dân Biểu Dân Chủ của tiểu bang Missouri, người đứng đầu Black Lives Matter Caucus tại Hạ Viện, cũng vẫn nói rằng đây là một "âm mưu đảo chính của phe da trắng thượng đẳng." Trong khi chẳng có bằng chứng hoặc dữ kiện hợp lý nào cả, nhưng vào lúc tuyên bố thành lập ủy ban điều tra biến cố ngày 6 tháng 1, bà Pelosi mô tả "nguyên nhân gốc rễ" của nó là bắt nguồn từ "quyền lực tối thượng của người da trắng," "chủ nghĩa bài Do Thái," và "kỳ thị Hồi Giáo." Lãnh đạo Khối Đa Số tại Thượng Viện, Thượng Nghị Sĩ Dân Chủ New York Charles Schumer so sánh biến cố 6/1 với cuộc tấn công Trân Châu Cảng, và các lãnh đạo Dân Chủ khác thì so sánh với những tội ác như vụ tấn công 9/11 và thậm chí với Holocaust.

Một hành động đạo đức giả trắng trợn nhất trong biên niên sử của Hạ Viện, là Dân Biểu Dân Chủ California Adam Schiff cố làm rơi nước mắt thật trong một bài phát biểu có lời van xin đảng Cộng Hoà với lời lẽ rất lố bịch về sự khoan dung chính trị: "Nếu chúng ta không còn cam kết chuyển giao quyền lực một cách ôn hòa sau cuộc bầu cử nếu phe của chúng ta không thắng, thì Chúa sẽ giúp chúng ta," Adam Schiff là người mà bốn năm trước tuyên bố vô bằng cớ rằng cuộc bầu cử năm 2016 là kết quả của sự thông đồng phản quốc giữa Trump với Nga và Trump không phải là một tổng thống hợp pháp.

Để duy trì giả thuyết ngày 6 tháng 1 là "một trong những ngày đen tối nhất của lịch sử nước Mỹ" và để tăng cường sự phẫn nộ về câu chuyện này, bà Pelosi ra lệnh điều động một lực lượng Vệ Binh Quốc Gia có vũ trang đầy đủ gồm 25,000 quân tới Điện Capitol với chi phí nửa tỷ đô la và dựng lên một hàng rào dây thép gai để bao quanh tòa nhà. Bà ta làm như vậy mà không bị phản đối của Chủ Tịch Hội Đồng Tham Mưu Trưởng Liên Quân Mark Milley, người từ chối lời yêu cầu của Tổng Thống Trump cần điều động quân đội khi Bạch Ốc đang bị một đám đông Black Lives Matter bao vây và phóng hỏa đốt một vọng gác ngoài cổng của tòa nhà.

Mặc dù Pelosi giảm quân số, sau nhiều tháng trôi qua mà không có một người nào đến đó để thách thức vệ binh, tuy nhiên bà ta giữ trên 1,500 quân tại Điện Capitol hơn bốn tháng rưỡi cho dù không có người nổi dậy nào xuất hiện, trong khi bà ta không cung cấp bằng chứng cho thấy có một mối đe dọa thực sự tồn tại để biện minh cho các biện pháp cực đoan và chưa từng có như thế. Với sự cộng tác của chính quyền mới Biden, Pelosi sau đó tiến hành một cuộc truy tìm "những kẻ khủng bố nội địa" trong hàng ngũ Cảnh Sát Thủ Đô.

Với sự hậu thuẫn của Bạch Ốc, công việc này lan đến Bộ Nội An và tất cả các cơ quan quân đội. Tuy nhiên, một cuộc điều tra của FBI cuối cùng kết luận rằng rất ít bằng chứng cho thấy có bất kỳ một âm mưu tổ chức nào nhằm lật đổ chính phủ, như một viên chức chấp pháp cao cấp thâm niên nhận xét: "Chín mươi đến chín mươi lăm phần trăm những người tham gia biến cố 6/1 là những trường hợp xảy ra một lần." Ngay cả các phóng viên của Đài Phát Thanh Quốc Gia thiên tả NPR cũng thừa nhận rằng "phần lớn những người bị buộc tội không có mối liên hệ nào với các nhóm cực đoan." Tuy nhiên, không có lời xin lỗi hay ý kiến thứ hai nào được đưa ra từ Pelosi, Bạch Ốc hoặc Bộ Tư Pháp, hoặc các cơ quan quân sự. Do đó, đối với các cơ quan chính phủ của Biden và với những ai tin tưởng vào Toà Bạch Ốc, ý tưởng cho rằng những người yêu nước ủng hộ Trump là mối đe dọa "khủng bố nội địa" vẫn là sự thật.

Trong số những người có mặt tại Điện Capitol vào ngày 6 tháng 1 không liên hệ với các nhóm cực đoan, là một bà nội/ngoại 49 tuổi mà mãi sáu tháng sau mới bị bắt, trong lúc mạng lưới của Bộ Tư Pháp vẫn còn hoạt động. Tạp chí Tablet số ra ngày 30 tháng 6 có bài tường thuật dưới đây:

Tuần trước, Bộ Tư Pháp đưa một "kẻ nổi dậy" đầu tiên ra trước toà. Một bà nội/ngoại 49 tuổi có đứa 5 cháu ở Indiana, bước vào Tòa Nhà Quốc Hội qua một cánh cửa rộng mở vào ngày 6 tháng 1 và đi lang thang trong đó 10 phút. Trước Toà, bà nhận tội "diễn hành, biểu tình hoặc vui chơi trong Tòa Nhà Quốc Hội." Vì các "tội ác" ấy, bà bị kết án ba năm quản thúc, 500 đô la tiền phạt và 40 giờ lao động công ích.

Vậy, nếu Tổng Thống Biden gọi ngày 6 tháng 1 là "cuộc tấn công tồi tệ nhất vào nền Dân Chủ của chúng ta kể từ cuộc Nội Chiến," thì tại sao bà ấy được thoát tội một cách dễ dàng như thế? Được biết luật sư do tòa chỉ định, trước đó yêu cầu bà đọc sách và xem phim Bury My Heart at Wounded Knee, Just Mercy và Schindler's List, và sự nhận tội của bà sau khi đọc sách và xem phim chứng tỏ bà đang từ bỏ đặc quyền của người da trắng.

Nhưng, chủ nghĩa phân biệt chủng tộc và chủ nghĩa cực đoan bài Do Thái có liên quan gì đến "tội ác" bất bạo động mà bà ấy phạm phải? Tất nhiên là không. Chỉ là chính quyền Biden lấy ngày 6 tháng 1 làm căn cứ để hình sự hóa các đối thủ của mình, và lối thoát duy nhất cho những người ủng hộ Donald Trump là thú nhận: "phạm tội trong tư tưởng."

Luận Tội Donald Trump

Nhưng với Trump, con đường dẫn đến sự xá tội không dễ dàng như vậy. Thực tế, đối với các đảng viên Dân Chủ thì điều đó không bao giờ xảy ra. Năm ngày sau vụ đột nhập 6 tháng 1, Pelosi đệ trình một điều khoản luận tội duy nhất chống lại Trump, đó là tố cáo ông về tội "kích động cuộc nổi dậy" được đệ trình lên Hạ Viện vào ngày 11 tháng 1 năm 2021. Đây là lần luận tội thứ hai của Trump và ông là người thứ tư bị luận tội trong toàn bộ lịch sử Hoa Kỳ, điều đó có nghĩa ông là mục tiêu trở thành một nửa trong số Tổng Thống bị luận tội. Đây không chỉ là sự lạm dụng quyền lực, mà còn là sự lạm dụng điều khoản của hiến pháp, vốn không có mục đích trở thành vũ khí ở trong tay của một phe phái chính trị.

Quy trình luận tội bắt đầu khi Ủy Ban Đàn Hặc Hạ Viện chính thức chuyển giao bản tố cáo lên Thượng Viện vào ngày 25 tháng 1, tức là năm ngày sau khi Trump rời khỏi nhiệm sở và Joe Biden nhậm chức Tổng Thống Thứ 46 của Hoa Kỳ. Nói cách khác, các đảng viên Dân Chủ có chủ ý loại trừ một công dân bình thường sau khi ông ấy không còn nắm giữ chức vụ. Điều này chẳng có nghĩa lý gì, ngoại trừ là một biểu hiện tồi tệ của lòng căm thù ám ảnh họ đối với chính người đàn ông đó.

Bài phát biểu ngày 6 tháng 1 của Trump có thể tìm thấy dễ dàng trên internet, và không một câu nào có thể diễn dịch là kích động bất kỳ hành vi phạm pháp nào, chứ đừng nói đến "nổi dậy." Cho dù có một triệu người tập trung tại Ellipse để nghe bài phát biểu "Ngừng Ăn Cắp" của Trump, như ông ấy tuyên bố, hoặc chỉ có 100.000 người như báo chí đưa tin, thì số người đột nhập vào Tòa Nhà Quốc Hội trong ngày hôm đó chưa đến 1% tổng số, khiến khó có thể khẳng định rằng bất cứ điều gì Trump nói, không kể việc tấn công Điện Capitol, điều khiển được những người ủng hộ ông. Đây là điểm được đưa ra bởi Stewart Rhode, người bị tố cáo tổ chức vụ đột nhập, khi anh ta tuyên bố rằng hành động của các thành viên trong tổ chức dân quân của anh ta là để phản đối sự bất hành động của Trump.

Ủy Ban Đàn Hặc Hạ Viện do Pelosi chỉ định phải đối mặt với một nhiệm vụ khá khó khăn. Nhưng trí tưởng tượng của đảng Dân Chủ được hỗ trợ bởi lòng căm thù ám ảnh, vượt qua mọi sự thật. Có rất nhiều điều trớ trêu. Thí dụ, một trong những Dân Biểu được Pelosi chọn vào Ủy Ban Đàn Hặc Hạ Viện là Eric Swalwell của California. Swalwell được Pelosi bổ nhiệm vào vị trí cao cấp trong Ủy Ban Tình Báo khi anh ta chỉ mới là thành viên năm thứ hai của Hạ Viện. Khi Pelosi bổ nhiệm Swalwell vào một vị trí nhạy cảm như vậy, bà ta bất chấp câu chuyện thật nổi tiếng khắp nước của anh ta với Christine Fang, một nhà tài trợ chiến dịch tranh cử của đảng Dân Chủ tại California, người mà các nhân viên tình báo Hoa Kỳ "tin rằng hành động theo mệnh lệnh của Bộ An Ninh Quốc Gia Trung Quốc." Cô ta là người mà Swalwell có liên hệ cá nhân mật thiết; và biến mất khỏi Hoa Kỳ khi bộ mặt thật của cô ta bị lộ tẩy.

Với tư cách là công tố viên của Hạ Viện, Swalwell nhanh chóng bắt lấy động từ "đấu tranh" (fight) trong bài phát biểu của Trump. Anh ta cố gắng sử dụng động từ này để so sánh Trump với Osama bin Laden và so sánh cuộc bạo loạn nhỏ ngày 6 tháng 1 với cuộc tấn công ngày 11/9, là một cuộc tấn công khủng bố vào Tòa Tháp Đôi của Thành Phố New York và Ngũ Giác Đài ở Washington, D.C. giết chết trên 3,000 người.

Những bước nhảy vọt hợp lý trong lập luận của Swalwell đáng được xem là một "kỳ quan"! Anh ta nói với PBS NewsHour: "Osama Bin Laden không vào đất Mỹ ngày 11 tháng 9, nhưng người ta thừa nhận rộng rãi rằng ông ta chịu trách nhiệm truyền cảm hứng cho cuộc tấn công vào đất nước chúng ta, và tổng thống Trump, bằng lời nói của ông ta, sử dụng động từ chiến đấu. Đó là lời nói căm thù truyền cảm hứng và khiến những người cực đoan xông vào Điện Capitol. Tôi đang so sánh lời nói của một cá nhân kích động và cực đoan hóa người nào đó như Osama bin Laden từng làm, với những gì mà Tổng Thống Trump làm. Bản thân bạn không nhất thiết phải thực hiện hành vi bạo lực, nhưng nếu bạn kêu gọi người khác bạo lực thì bản thân bạn cũng phạm tội."

Nỗ lực của Swalwell nhằm hình sự hóa Trump bằng động từ "đấu tranh" trong bài phát biểu, một động từ mà các chính trị gia luôn sử dụng với hàm ý bất bạo động bị nhiều người chế giễu. Tuy nhiên, trong bầu không khí siêu thực của các phiên tòa giống như Liên Xô vây quanh toàn bộ quá trình luận tội, những luận điệu phi lý của Swalwell hầu như không ảnh hưởng đến niềm tin của Pelosi đối với anh ta hoặc quyết tâm của bà ấy muốn đưa ông Trump, một công dân bình thường như hiện giờ, vào bến đỗ cuối cùng vì một cuộc chống đối mà ông ấy không lãnh đạo. Và nó quá nhẹ so với những cuộc nổi dậy thực sự ở các thành phố trong mùa hè trước đây mà các đảng viên Dân Chủ ủng hộ. Những cuộc bạo loạn của cánh tả này bao gồm nhiều cuộc tấn công đốt phá những biểu tượng của luật pháp và quyền lực quốc gia như các tòa nhà Liên Bang, việc chiếm đóng và phá hủy các khu vực cảnh sát, phóng hỏa Nhà Thờ Lịch Sử của các Tổng Thống ở Washington, D.C., và đe dọa Toà Bạch Ốc. Những cuộc bạo loạn phạm pháp này không những không gây ra sự phẫn nộ nào đối với các đảng viên Dân Chủ, mà trên thực tế còn thu hút sự ủng hộ của họ. Đảng Dân Chủ coi những thủ phạm gây bạo loạn là "những chiến binh vì công lý xã hội" và tự nguyện bảo lãnh họ ra khỏi nhà tù.

Xét Xử Bằng Cách Đánh Lạc Hướng

Để tránh trở ngại khi cố gắng gán ghép vào bài phát biểu của Trump những điều mà thực sự nó không có, Ủy Ban Đàn Hặc Hạ Viện do Dân Biểu Jamie Raskin cầm đầu nhiều lần khẳng định mà không đưa ra được bằng chứng, cho rằng chỉ một việc công bố bài phát biểu kích động và đặt câu hỏi về thủ tục bầu cử là Trump châm ngòi cho một cuộc tấn công vào Điện Capitol. Đó là một khẳng định sẽ bị vứt đi ở bất cứ một tòa án nào thật sự công minh, chỉ dựa riêng vào nền tảng căn bản của hiến pháp.

Vào ngày 11 tháng 12, Pelosi viết một lá thư gửi

cho "Các Đồng Viện thân mến" là các đảng viên Dân Chủ tại Hạ Viện: "Tuần này, 126 đảng viên Cộng Hòa tại Hạ Viện, tức là gần hai phần ba trong Hội Nghị Cộng Hòa, đồng ký tên vào một đơn kiện phe đảng yêu cầu hủy bỏ nguyện vọng của cử tri ở bốn tiểu bang Georgia, Michigan, Pennsylvania và Wisconsin, và phiếu Đại Cử Tri phải được trao cho Donald Trump..."

Pelosi phớt lờ những điều bất thường sẽ làm hỏng tiến trình luận tội. Bà ta cho rằng những người nêu ra những điều bất thường là những kẻ đang tìm cách lật đổ cuộc bầu cử và phá hoại Hiến Pháp: "Là thành viên của Quốc Hội, chúng tôi xin long trọng tuyên thệ ủng hộ và bảo vệ Hiến Pháp. Đảng Cộng Hòa đang lật đổ Hiến Pháp bằng cuộc tấn công liều lĩnh và vô ích của họ vào nền Dân Chủ của chúng ta, điều này có nguy cơ làm xói mòn nghiêm trọng niềm tin của công chúng vào các cơ chế Dân Chủ thiêng liêng nhất của chúng ta."

Pelosi cũng phớt lờ một sự thật là các đảng viên Cộng Hòa tại Hạ Viện đang phản đối vai trò hủy hoại Hiến Pháp của các thẩm phán Dân Chủ, các bộ trưởng nội vụ, các thống đốc và tổng chưởng lý tiểu bang qua việc thay đổi luật bầu cử. Các công tố viên của Hạ Viện cũng vậy, là những người sử dụng các đoạn video phát biểu của Trump trong chiến dịch tranh cử, trong đó Trump đặt câu hỏi về các thủ tục bầu cử và tính hợp lệ của sự thay đổi các luật lệ bầu cử. Đảng Dân Chủ sau đó chỉnh sửa các đoạn video này rồi đính kèm chúng với cảnh ẩu đả xảy ra giữa cảnh sát Điện Capitol và nhóm dân quân The Oath Keepers vào ngày 6 tháng 1. Nói cách khác, với sự cầm đầu của Dân Biểu Raskin, Ủy Ban Đàn Hặc Hạ Viện tìm cách biến đổi hành động đơn thuần đặt câu hỏi về những thay đổi trong luật lệ bầu cử, trở thành một cuộc "nổi dậy" rồi suy ra là phản quốc.

Lời Nói Dối Lớn

Trong cuộc điều trần của Dân Biểu Jamie Raskin, ông ta mô tả tuyên bố của Trump về cuộc bầu cử bị đánh cắp là "Lời Nói Dối Lớn, chịu trách nhiệm trong việc kích động và châm ngòi bạo lực cho đám đông ngay từ đầu." Nhóm chữ "Lời Nói Dối Lớn" là một vũ khí chính trị nổi tiếng được tuyên dương trong bản tuyên ngôn Mein Kampf của Adolf Hitler, trở thành câu thần chú cho các đảng viên Dân Chủ trong khi tìm cách biến đổi bất kỳ nghi vấn nào về kết quả bầu cử đều tương đương với tội ác tồi tệ nhất mà họ có thể tưởng tượng ra được. Nếu bất kỳ đảng viên Cộng Hòa nào gợi ý rằng cuộc bầu cử năm 2020 có thể có vấn đề, hoặc bảo vệ những lời chỉ trích của Trump về cuộc bầu cử, thì đảng viên Dân Chủ sẽ bác bỏ ngay lập tức và lặp lại rằng đó là "Lời Nói Dối Lớn" gây nguy hiểm cho quốc gia.

Ngay cả trước khi quy trình luận tội chính thức bắt đầu, bà Dân Biểu Cori Bush đệ trình một nghị quyết kêu gọi Ủy Ban Đạo Đức Hạ Viện điều tra và trục xuất 139 thành viên đảng Cộng Hòa tại Hạ Viện, sau đó tăng lên 147, ủng hộ Trump và bỏ phiếu nghi ngờ kết quả bầu cử. Nghị quyết của Cori Bush nhận được sự ủng hộ của 54 người đồng bảo trợ, đứng đầu là Alexandria Ocasio-Cortez và nhóm cánh tả trong Hạ Viện, và kèm theo một bản kiến nghị ủng hộ nghị quyết với 500.000 chữ ký. Nghị quyết cũng mô tả Dân Biểu Mo Brooks (Cộng Hoà -Alabama), Thượng Nghị Sĩ Ted Cruz (Cộng Hoà -Texas) và Thượng Nghị Sĩ Josh Hawley (Cộng Hoà -Missouri) là những người lãnh đạo "một nỗ lực cuối cùng có động lực chính trị nhằm lật đổ cuộc bầu cử." Nghị quyết cũng kêu gọi Hạ Viện lên án và buộc tội sự tước quyền bầu cử của cử tri da đen, da nâu và dân bản địa, mặc dù người Mỹ thiểu số thực sự bỏ phiếu với số lượng kỷ lục. Điều trớ trêu là các nhà lãnh đạo của Biệt Đội SQUAD đưa ra những yêu cầu này lại là những người ủng hộ Cuba của Castro, một chế độ độc tài tồn tại lâu nhất ở bán cầu, nhưng dữ kiện này lại không được nhắc tới.

Dân Biểu Cori Bush, một người theo chủ nghĩa Marx và ủng hộ Castro, đưa ra nghị quyết của cô ta đúng vào ngày bầu cử tổng thống. Năm ngày sau, cô ta viết trên Twitter: "Hãy trục xuất các thành viên Quốc Hội thuộc đảng Cộng Hòa, những người kích động âm mưu đảo chánh của người da trắng thượng đẳng."

Trong một thế giới bình thường, Cori Bush sẽ bị coi là một kẻ phân biệt chủng tộc cực đoan và sống chết với chủ nghĩa Mác. Nhưng trong đảng Dân Chủ do Biden và Pelosi lãnh đạo, cô ta hoàn toàn thoải mái. Do đó, (không là điều ngạc nhiên khi) Pelosi chọn người lãnh đạo Ủy Ban Đàn Hặc Hạ Viện là Jamie Raskin, một thành viên của đảng Xã Hội Dân Chủ Hoa Kỳ ủng hộ Castro, và là một luật sư vận động cho những người không phải là công dân và ngoại kiều bất hợp pháp được quyền bỏ phiếu trong các cuộc bầu cử ở Hoa Kỳ.

Vào tháng 1 năm 2017, Raskin dẫn đầu một phái đoàn gồm các đảng viên Dân Chủ hàng đầu, gồm có Jim McGovern, Maxine Waters, Sheila Jackson Lee, Pramila Jayapal và Barbara Lee, đến ngay trung tâm phòng họp Hạ Viện để thách thức chiến thắng của Trump và kêu gọi hủy bỏ chứng nhận các đại cử tri của ông ấy. Nói cách khác, khi đặt câu hỏi và thách thức kết quả bầu cử năm 2020, đảng Cộng Hòa làm chính xác những gì mà đảng Dân Chủ làm vào năm 2017, sau chiến thắng của Trump (và năm 2001, và 2005 sau cuộc thắng cử của Bush). Nhưng trong nỗ lực treo cổ Trump, các đảng viên Dân Chủ trong Quốc Hội, với Raskin cầm đầu, phớt lờ những sự thật này để bỏ phiếu luận tội Trump chỉ vì Trump làm điều tương tự như đảng Dân Chủ làm.

Xóa Sổ Trump Và Những Người Ủng Hộ

Phiên xử luận tội Trump tại Thượng Viện bắt đầu vào ngày 9 tháng 2. Bốn ngày sau, ông được tuyên bố trắng án, vì mọi người đều biết ông ở trong văn phòng của Thượng Viện do đảng Cộng Hòa kiểm soát. Vì kết quả được biết trước, nên mục đích của "bản luận tội" là để bôi nhọ cựu tổng thống, người nhận được số phiếu bầu kỷ lục trong cuộc bầu cử năm 2020, và làm nhơ danh 74 triệu cử tri của ông, bị xem là những người ủng hộ một kẻ phản quốc.

Bây giờ Joe Biden là tổng thống và Trump là một công dân bình thường. Trong 5 năm, có lẽ Trump là mục tiêu của nhiều cuộc tấn công phỉ báng hơn bất kỳ ai trong lịch sử. Tuy nhiên, đối với đảng Dân Chủ, điều này vẫn chưa đủ và rõ ràng là sẽ không bao giờ đủ.

Ngay trước cuộc bỏ phiếu tại Thượng Viện, tân Lãnh Đạo Khối Đa Số Chuck Schumer công khai tuyên bố rằng nếu Thượng Viện kết tội Trump, ông ta sẽ tổ chức một cuộc bỏ phiếu để ngăn chặn Trump giữ bất cứ chức vụ công nào. Nền tảng pháp lý cho một lệnh cấm như vậy sẽ là một nghi vấn về sự diễn dịch Tu Chính Án Thứ Mười Bốn, vốn được thiết lập với mục đích là ngăn chặn các nhà lãnh đạo của Liên Minh Miền Nam – những người tham gia vào một cuộc nổi dậy vũ trang – nắm giữ chức vụ trong chính phủ mà họ tuyên chiến.

Dường như không có gì gạn lọc được sự thù ghét mà đảng Dân Chủ dành cho Trump và chủ đề bất biến mà vị tổng thống đó nói về lòng yêu nước, đặt "Nước Mỹ Trên Hết" và "Làm Cho Nước Mỹ Vĩ Đại Trở Lại." Họ có nghĩ rằng công chúng Mỹ có thể tự tìm ra đáp số thật sự và nhận ra sự vô lý trong lời buộc tội của họ là Trump không yêu nước? Rõ ràng là không! Bằng chứng là Thượng Nghị Sĩ Tim Kaine đệ trình nghị quyết riêng của ông ta, không chỉ là khiển trách mà còn cấm Trump không được giữ chức vụ công căn cứ theo cùng một điều khoản trong Tu Chính Án Thứ Mười Bốn.

Ngay cả điều đó cũng vẫn không đủ đối với những đảng viên Dân Chủ đang giao chiến với Trump. Mười ba Dân Biểu Dân Chủ tại Hạ Viện bảo trợ một dự luật cấm chính phủ liên bang đặt tên Trump cho bất kỳ tòa nhà hoặc đài tưởng niệm nào và cũng sẽ ngăn không cho ông được chôn cất tại Nghĩa Trang Quốc Gia Arlington. Dân Biểu Linda Sánchez (Dân Chủ – California) tiến thêm một bước xa hơn, đưa ra "Dự Luật No Glory for Hate Act" ngăn chặn Trump nhận tiền hưu bổng của liên bang, không được cấp văn phòng và nhân viên được trả lương như các cựu tổng thống khác được hưởng. Theo Washington Times, Sanchez nói rằng tên của Trump thậm chí không được xuất hiện trên ghế đá công viên. Tại thành phố New York do đảng Dân Chủ kiểm soát, các sân trượt băng mà Trump cứu vãn và xây dựng xóa tên ông vì các đảng viên Dân Chủ và các cơ quan truyền thông đánh trống la làng chống lại Trump. Sáu toà nhà chung cư có tên "Trump Place" cũng xoá tên ông ấy.

Nỗi ám ảnh của đảng Dân Chủ về việc xóa bỏ Trump là hảo huyền và nhỏ nhen, nhưng nó có một khía cạnh chính trị quan trọng. Đảng Dân Chủ sợ nhất không phải Trump mà chính là 74 triệu người Mỹ bỏ phiếu cho ông. Chín ngày sau cuộc biểu tình 6 tháng 1, Dân Biểu Alexadria Ocasio-Cortez (Dân Chủ -New York) kêu gọi chính phủ liên bang tài trợ việc "tái tạo" (giống như cải tạo tư tưởng của cộng sản) những người theo chủ nghĩa da trắng thượng đẳng và những người theo thuyết âm mưu, ý kiến này trích từ một trang trong cẩm nang của Trung Cộng và Liên Bang Xô Viết. Đó là chủ nghĩa toàn trị cổ điển 101: biến đối thủ thành ma quỷ để không có phe đối lập chính đáng, mà chỉ có những kẻ phản bội chống Liên Xô.

Dựa vào những bức ảnh về Black Lives Matter của Cori Bush mô tả ngày 6 tháng 1 là một "cuộc đảo chính của người da trắng thượng đẳng," Ocasio-Cortez nhấn mạnh rằng: "nhiều người uống chất độc quyền lực tối cao của người da trắng, mà Donald Trump là người đại diện." Cô ta viết thêm: "Căn nguyên của chủ nghĩa da trắng thượng đẳng là vô tích sự, là chủ nghĩa hư vô. Thế giới của họ sẽ không bao giờ tồn tại. Đó là lý do tại sao chúng ta đang chứng kiến bạo lực ngay trong lúc này."

Sẽ mất một thời gian rất lâu với rất nhiều nỗ lực để loại bỏ tư tưởng cực đoan trong những con người này. Đây là một vấn đề sẽ không biến mất vào ngày

20 tháng 1 (ngày nhậm chức TT của Biden)." Vẫn theo AOC, trên thực tế, chỉ có thể "chữa lành" những người ủng hộ Trump nếu "chúng ta... tăng gấp đôi, gấp ba hoặc gấp bốn số tiền cho các chương trình này." Và, không còn nghi ngờ gì nữa, hãy áp dụng các biện pháp cưỡng chế, chẳng hạn như các trại cải tạo bắt buộc, là điều cần thiết để khiến những "người sùng bái" Trump phải phục tùng quy trình tẩy não dành cho họ. Rõ ràng, giành được đa số đại cử tri thậm chí không phải là một lựa chọn để đối phó với một phe đối lập bệnh hoạn như vậy. Chỉ có "tái tạo" và "tẩy não" trên quy mô lớn mới có thể đáp ứng được nhiệm vụ nói trên."

Nếu các cơ quan truyền thông chủ yếu không ủng hộ chính trị cánh tả, Ocasio-Cortez cũng cảnh cáo trước về biện pháp sau đây: "Chúng ta sẽ phải tìm ra cách kiềm chế môi trường truyền thông của mình để họ không thể phun ra tin tức sai lệch và thiếu sót." Đây là chủ đề phổ biến của ngay cả những đảng viên Dân Chủ "ôn hòa," những người cảm thấy rằng việc đặt "thông tin sai lệch" ngoài vòng pháp luật là cần thiết để điều chỉnh con tàu của nhà nước. Tùy Viên Báo Chí "kiểm tra sự thật" của tổng thống, Jen Psaki, liên tục đề cập đến vấn đề này, do không thể đo lường được những bi kịch lịch sử và thực tế chính trị hiện tại. Trong cuộc bầu cử, mạng truyền thông xã hội Twitter loại Trump ra, mặc dù ông ấy là tổng thống đương nhiệm với 80 triệu người theo dõi trên Twitter. Trump bị loại vì các giám đốc điều hành

Twitter không thích quan điểm của ông và muốn Biden giành chiến thắng, vì vậy đàn áp ông Trump. Twitter áp đặt lệnh cấm Trump nhưng không có một đảng viên Dân Chủ nào trong Quốc Hội hay những người được gọi là cấp tiến của giới truyền thông lên tiếng phản đối. Trên thực tế, nhiều người trong số họ, kể cả thượng nghị sĩ hàng đầu Elizabeth Warren (Dân Chủ -Massachusetts) và Thượng Nghị Sĩ California trở thành Phó Tổng Thống đắc cử Kamala Harris, cũng yêu cầu áp đặt điều đó.

Đây là vấn đề được kịch tính hóa bởi Ocasio-Cortez, một người cộng sản nông cạn và là người ủng hộ những kẻ khủng bố Palestine với 8 triệu người theo dõi trên Twitter, tác động ngoài ý muốn đến ban lãnh đạo đảng Dân Chủ. Việc Ocasio-Cortez kêu gọi thành lập các trại cải tạo giống như cộng sản được sự đồng tình mạnh mẽ của các đồng viện Dân Chủ. "Không, nó nghiêm túc đấy,... làm thế nào để bạn cải tạo tư tưởng 75 triệu người?" David Atkins, Chủ Tịch đảng Dân Chủ khu vực California hỏi. "Chúng ta phải bắt đầu suy nghĩ về nước Đức hoặc Nhật Bản sau Thế Chiến Thứ Hai. Hoặc những thất bại của chương trình Tái Thiết Miền Nam."

Một người cộng sản khác, Nikole Hanna-Jones, một "nhà báo điều tra" và là tác giả 'Dự Án 1619' bịa đặt lịch sử của The New York Times, nói với Eugene Robinson của tờ báo Washington Post rằng 74 triệu người Mỹ bỏ phiếu cho Trump phải "bị trừng phạt" và họ phải được tái tạo. Robinson đồng tình với điều này khi nói rằng, "Có hàng triệu người Mỹ, hầu hết là người da trắng, hầu hết là đảng viên Cộng Hòa, những người này bằng cách nào đó cần phải được tái tạo. Trên thực tế, bất chấp bốn năm bị đảng Dân Chủ và giới truyền thông công kích là "tên da trắng thượng đẳng" và là "kẻ phân biệt chủng tộc," Trump giành được 26% phiếu bầu của những người không phải da trắng, tỷ lệ lớn thứ hai so với bất kỳ đảng viên Cộng Hòa nào trong một trăm năm qua. Có quá nhiều thông tin sai lệch.

Nhưng người ủng hộ thật sự cho những quan điểm bệnh hoạn của Cori Bush và Ocasio-Cortez, là ông tổng thống đắc cử. Mặc dù vận động tranh cử với tư cách là một người ôn hòa và là "một người Mỹ bình thường," nhưng chỉ sau vài ngày nhậm chức, Joe Biden để lộ một nghị trình rất là cực đoan. Một ngày sau cuộc biểu tình ngày 6 tháng 1, Biden công bố chọn Merrick Garland làm Tổng Trưởng Tư Pháp, và phát biểu về những người biểu tình như sau: "Đừng gọi họ là những người biểu tình. Họ là một đám đông bạo loạn. Là những kẻ nổi dậy. Là những tên khủng bố nội địa. Đây là điều thật căn bản. Đây là điều thật đơn giản."

Thật sự không hẳn vậy, sau đó Biden đổ lỗi cho Trump châm ngòi bạo động, "tấn công tổng lực vào cơ chế Dân Chủ của chúng ta. Bốn năm qua, chúng ta có một tổng thống thể hiện rõ ràng sự khinh miệt đối với nền Dân Chủ, Hiến Pháp và pháp luật trong mọi việc mà ông ta làm." Thực tế, Biden hứa hẹn sẽ điều hành đất nước như một người trung dung và tạo sự đoàn kết, nhưng ông ta bổ nhiệm vào cơ quan an ninh quốc gia những người bịa ra câu chuyện lừa bịp thông đồng Nga- Trump, thì liệu có thể mô tả một cách công bằng về một người mà ông ta từng tố cáo là "thể hiện rõ ràng sự khinh miệt nền Dân Chủ, Hiến Pháp và pháp luật qua những việc mà ông ta làm."

Dựa trên những tin tức sơ khởi một ngày sau cuộc biểu tình 6 tháng 1, Biden có một cái nhìn méo mó về biến cố, về đám đông tham gia, về bất kỳ vai trò nào mà Trump có thể có trong đó, cũng như thái độ tổng quát của ông ấy đối với hành động bất tuân dân sự, với Hiến Pháp và luật pháp.

Kể từ cái chết của George Floyd ngày 25 tháng 5 cho đến ngày bầu cử, có ít nhất 746 cuộc bạo động trên toàn quốc, 95% trong số đó được tiến hành hoặc lãnh đạo bởi Black Lives Matter, một tổ chức được sự ủng hộ của đảng Dân Chủ và Antifa, một lực lượng dân quân cộng sản vũ trang với mục đích là tự họ nắm lấy luật pháp vì không thể tin cậy chính phủ trong việc phân biệt ai là người phát xít.

Trong thời gian xảy ra các cuộc bạo loạn do Black Lives Matter/Antifa gây ra vào mùa hè 2020, các tòa nhà liên bang bị đốt cháy, các cửa hàng bị cướp bóc và phá hủy, các cá nhân bị đánh đập dã man, mà các hành vi bạo lực của họ lại dẫn đến việc cắt giảm ngân sách của cảnh sát, các vụ giết người trong cộng đồng da đen tăng 62%, có khoảng 2,000 người Mỹ gốc Châu Phi tử vong trong thành phố. Trong khi Trump kêu gọi lực lượng trong hệ thống bảo vệ luật pháp và trật tự có đủ khả năng để ngăn chặn những kẻ bạo loạn, thì Biden cho rằng Antifa chỉ là "một ý tưởng," và ông ta giữ im lặng khi Pelosi sỉ nhục các đặc vụ liên bang do Trump cử đến để bảo vệ các tòa án và tòa nhà liên bang là "những tên biệt kích quốc xã," trong lúc đó thì những tên bạo loạn được tại ngoại bằng tiền bạc của 'Minnesota Freedom Fund' là một tổ chức được sự ủng hộ và tài trợ của đảng Dân Chủ, Kamala Harris và những nhân viên thân cận của Joe Biden.

Tương phản, là nhiệm kỳ của Tổng Thống Trump ưu tiên cho kế hoạch đặt "Nước Mỹ Trên Hết." Kế hoạch này diễn ra dưới nhiều hình thức, bao gồm tái đàm phán các thỏa thuận thương mại bất lợi cho Hoa Kỳ, tiêu diệt ISIS và giết những kẻ khủng bố chống Mỹ hàng đầu là Abu Bakr al-Baghdadi và Tướng Qassem Soleimani, (là những việc làm mà hầu hết đảng viên Dân Chủ lên án). Không hề khinh thường Hiến Pháp, Trump xem trọng việc bảo vệ Tu Chính Án Thứ Nhất và Thứ Hai, vốn đang bị các đảng viên Dân Chủ công khai tấn công, đây cũng là một ưu tiên trong nhiệm kỳ tổng thống của ông. Nếu các chiến dịch và nghị trình chính trị của Trump có một biểu tượng, thì đó là lá quốc kỳ Hiệp Chủng Quốc Hoa Kỳ, mà những người mệnh danh là cấp tiến của Antifa và Black Lives Matter rất thích đốt cháy và chà đạp. Nếu phong trào Trump có một khẩu hiệu để tập hợp lại, thì đó là "Làm Cho Nước Mỹ Vĩ Đại Trở Lại."

Với tất cả các biện pháp, Biden mô tả Trump là sự dối gạt rõ ràng và ác ý. Hoặc là "thông tin sai lệch" nếu một người nào đó thích nói như vậy.

Khủng Bố Nội Địa và Tiêu Chuẩn Kép

Tiêu chuẩn kép mang tính đảng phái của đảng Dân Chủ trong việc thực thi công lý bị bi kịch hóa bởi người được Biden bổ nhiệm đứng đầu Bộ Tư Pháp. Trong phiên điều trần chuẩn nhận tại Thượng Viện, luật gia 69 tuổi Merrick Garland nhấn mạnh trách nhiệm của Bộ Tư Pháp là "chống lại các cuộc tấn công cực đoan nhằm vào các cơ chế Dân Chủ của chúng ta" và mô tả sự kiện ngày 6 tháng 1 là "cuộc tấn công ghê tởm nhất vào tiến trình Dân Chủ" mà ông ta chưa từng thấy. Garland sau đó thông báo rằng Bộ Tư Pháp đang chuyển các quỹ dành riêng để giải quyết các vấn đề, và ngân sách năm 2022 của Tổng Thống sẽ "cung cấp hơn 100 triệu đô la ngân quỹ bổ sung để giải quyết mối đe dọa ngày càng tăng của 'chủ nghĩa cực đoan bạo lực nội địa' và 'khủng bố nội địa,' bao gồm tài trợ cho FBI, Văn Phòng Công Tố Hoa Kỳ, cơ quan cai quản nhà tù Hoa Kỳ, và các thành phần khác của Bộ Tư Pháp."

Trong cuộc điều trần về những ưu tiên này,

Thượng Nghị Sĩ Cộng Hòa Josh Hawley nhắc đến các cuộc tấn công bạo lực mà những người cánh tả nhắm vào các tòa án liên bang ở Portland và Seattle trong năm 2020. Hawley sau đó hỏi Garland: "Ông có xem các cuộc tấn công vào tòa án liên bang hoặc tài sản liên bang như là sự tấn công của chủ nghĩa cực đoan nội địa, và khủng bố nội địa?"

Garland trả lời rằng "một cuộc tấn công vào tòa án đang khi hoạt động, nhằm cố gắng ngăn cản các thẩm phán quyết định các vụ án, rõ ràng đó là cực đoan nội địa, là khủng bố nội địa. Một cuộc tấn công đơn giản vào tài sản của chính phủ lúc ban đêm hoặc bất kỳ trong trường hợp nào khác là một tội ác rõ ràng nghiêm trọng cần phải bị trừng phạt. Tôi không biết đầy đủ sự thật trong ví dụ mà Thượng Nghị Sĩ đang nói đến, nhưng đó là nơi tôi vạch ra đường ranh. Cả hai đều là tội ác, trong đó có một tội ác là cuộc tấn công cốt lõi vào các cơ chế Dân Chủ của chúng ta."

Sự phân biệt rõ ràng này là một nỗ lực nhằm miễn trừ những kẻ cánh tả bạo loạn tấn công Portland, Seattle và các thành phố khác,và đem họ ra khỏi danh sách những kẻ khủng bố. Hành động này bất chấp thực tế là những phần tử cực đoan Antifa và Black Lives Matter chiếm đóng và phá hủy các đồn cảnh sát, rõ ràng đó là sự cản trở các biến thể của luật pháp, tương đương với hành động tấn công các tòa án. Khi đánh đồng chủ nghĩa khủng bố nội địa với các hành động của cánh hữu, như Biden và tay sai của ông ta làm, Garland cũng làm ngơ sự tấn công của đám đông cực đoan vào các phiên điều trần tại Thượng Viện để chuẩn nhận Thẩm Phán Tối Cao Pháp Viện Brett Kavanaugh vào năm 2018. Cầm đầu bởi thủ lĩnh Women's March Linda Sarsour, rõ ràng có chủ ý đột nhập vào văn phòng của chính phủ, cùng với sự bộc phát sau đó, là để cản trở các phiên điều trần và để ngăn cản sự chuẩn nhận Thẩm Phán Kavanaugh. Những trò quấy rối của đám người Sarsour khiến quy trình chuẩn nhận bị đình trệ mỗi ngày trong khi đám người này – tất cả có vài trăm người – lẽ ra phải bị bắt và đưa đi chỗ khác để phiên điều trần được tiến hành.

Thay vì lên án hành động bạo loạn của những kẻ này, thì các đảng viên Dân Chủ trong Ủy Ban Tư Pháp thực sự bảo vệ những hành vi gây rối của họ. Thượng Nghị Sĩ Jeff Merkley (Dân Chủ -Oregon) nói rằng "Thật là táo tợn đối với những phụ nữ bị những người đàn ông da trắng quyền lực đối xử tàn tệ, xem họ như là một vấn đề thay vì là những người lương thiện trình bày những dữ kiện trung thực." Thực tế, đám người bạo loạn hô hào "Phụ nữ trỗi dậy!" không liên quan gì đến sự trình bày những tin tức, trong khi việc phê bình các thượng nghị sĩ Cộng Hòa là người da trắng có liên quan đến một cái nhìn soi mói về nạn phân biệt chủng tộc, chuyện này trở nên bình thường trong các cuộc tấn công của đảng Dân Chủ.

Toàn bộ câu trả lời của Merrick Garland đáp lại

câu hỏi thích đáng của Thượng nghị sĩ Hawley rõ ràng là một sự né tránh. Nếu một tòa án bị đốt cháy là mục tiêu của một cuộc biểu tình, thì thông điệp mà họ muốn gởi là: nếu chúng tôi không thích các phán quyết của các ông, chúng tôi sẽ tấn công các ông. Đây là một hành động nổi dậy chống lại các quy định của pháp luật. Nó là khủng bố. Khẩu hiệu phổ biến được nghe thấy trong các cuộc nổi dậy, cướp bóc và đốt phá của Black Lives Matter và Antifa là "Không Có Công Lý, Không Có Hòa Bình" là một sự đe dọa của bọn khủng bố: thực thi công lý theo cách của chúng tôi, nếu không chúng tôi sẽ làm tổn thương quý vị. Đó chính xác là cách mà bọn khủng bố hoạt động. Và vấn đề tồn tại là thói quen khủng bố của cánh tả, bạo lực đường phố được sử dụng như một phương tiện đe dọa chính trị, hiện được các cấp cao nhất của đảng Dân Chủ tán thành và ủng hộ.

Những người tổ chức vụ đột nhập ngày 6 tháng 1 có thể là 94 cá nhân trong số 100.000 người tham dự bài phát biểu "Ngừng Đánh Cắp" của Trump, mặc dù vậy chỉ có 44 người bị buộc tội là có âm mưu. Những cá nhân này được biết đến và lịch hành động của họ được xác định bởi các cơ quan thực thi pháp luật. Việc cố gắng đánh đồng hàng triệu người ủng hộ Trump với một nhóm cực đoan được nhận dạng rõ ràng, có thể hữu ích về mặt chính trị đối với một đảng luôn quyết tâm hình sự hóa phe đối lập của họ. Nhưng việc này không liên quan gì đến công lý, sự thật, hoặc các nền tảng cơ bản của hiến pháp, là những yếu tố khiến nước Mỹ trở thành ngọn hải đăng hy vọng cho chính công dân của mình và cho mọi người trên toàn thế giới.

CHƯƠNG 3

Lễ Nhậm Chức

Trong hơn 4 năm, trọng tâm chính trị của đảng Dân Chủ là biến Donald Trump thành ma quỷ và nỗ lực loại bỏ ông ấy khỏi đời sống công cộng. Theo sự mô tả của các đảng viên Dân Chủ, thì Trump là một kẻ phân biệt chủng tộc vô tình cảm và là kẻ chia rẽ quốc gia, là người không có lòng trắc ẩn và không phải là tổng thống, một tên bài ngoại và thông đồng với kẻ thù của nước Mỹ, một kẻ phỉ báng Hiến Pháp, một kẻ dối trá bẩm sinh, là một sự hổ thẹn đối với chức vụ cao cả của ông ta, là một sự ô nhục của người dân Hoa Kỳ. Trong chiến dịch tranh cử của Biden, ông ta tự cho mình là cơ hội để thoát khỏi đám mây đen mà Trump nhấn chìm đất nước trong đó, Biden hứa với cử tri rằng ông là người khôi phục lại sự lạc quan và đoàn kết của người dân Hoa Kỳ.

Nhiệm kỳ tổng thống của ông, trong ôn hòa và phù hợp với sự nhạy cảm của người Mỹ, sẽ khiến nước Mỹ bình thường trở lại.

Trong bài phát biểu nhậm chức vào ngày 20 tháng 1, Biden lặp lại lời cam kết này: "Hôm nay, vào ngày 20 tháng 1, tất cả tâm hồn tôi hướng về điều này: Đưa nước Mỹ xích lại gần nhau. Đoàn kết dân tộc ta. Và đoàn kết đất nước ta. Tôi yêu cầu tất cả người Mỹ hãy tham gia cùng tôi vì mục đích này. Chính trị không cần phải là một ngọn lửa dữ dội phá hủy mọi thứ trên đường đi của nó. Nước Mỹ phải tốt đẹp hơn thế này. Và sau đó ông hứa hẹn: "Tôi sẽ là Tổng Thống của tất cả người Mỹ. Tôi sẽ chiến đấu hết mình cho những người không ủng hộ tôi cũng như những người ủng hộ tôi."

Nhưng mọi cam kết mà Biden đưa ra trong bài diễn văn nhậm chức đều là dối trá. Biden chuẩn bị một loạt các sắc lệnh hành pháp chưa từng có về số lượng và có một chủ đề duy nhất của bọn họ: hủy bỏ hoặc đảo ngược toàn bộ chính sách quan trọng của chính quyền Trump mà không cần ý kiến của công chúng hoặc sự cộng tác của lập pháp, là những chính sách then chốt của chính phủ Trump. Nói cách khác, Biden bắt đầu nhiệm kỳ của mình bằng cách vung cây gậy có tính toán trước mắt của tất cả 74 triệu người Mỹ bỏ phiếu cho Trump.

Các hoạt động hành pháp của Biden khởi xướng một chế độ cấp tiến nhất trong lịch sử Hoa Kỳ, hoàn toàn trái ngược với những gì ông ta cam kết với cử tri trong chiến dịch tranh cử tổng thống. Nó thông báo rằng Biden sẽ trở thành thủ lãnh của phe cực tả cấp tiến trong chính đảng của ông ấy và sẽ phế bỏ mọi lời hứa hẹn ôn hòa được đưa ra trong chiến dịch tranh cử của ông ta.

Trên thực tế, Biden có hai chiến dịch tranh cử: một chiến dịch để giành sự ủng hộ của phe cánh tả cấp tiến của đảng trong các cuộc bầu cử sơ bộ, và chiến dịch kia là để dụ dỗ thành phần ôn hòa nghĩ rằng ông cũng là một trong những người như họ. Đối thủ chính của Biden là Thượng Nghị Sĩ Bernie Sanders (Độc Lập-Vermont), một người suốt đời ủng hộ các nhà độc tài cộng sản và các chế độ quái dị của họ.

Đối với những đảng viên Dân Chủ cấp tiến, Biden hứa rằng ông sẽ là "tổng thống tiến bộ nhất trong lịch sử." Vào ngày nhậm chức, ông ta cho thấy chính xác những gì như dự tính.

Hơn bốn mươi Hành Động Hành Pháp mà Biden bắt đầu cho nhiệm kỳ tổng thống, trong đó có việc ngừng xây tường biên giới phía nam. Hành động này mở biên giới phía nam cho một cuộc xâm lăng của gần 2 triệu cá nhân không rõ danh tính và chưa được kiểm tra từ khoảng 100 quốc gia, bao gồm cả các quốc gia khủng bố thất bại. Bức tường biên giới từng là tâm điểm trong chiến dịch tranh cử và trong nhiệm kỳ của Trump. Nó tượng trưng cho quyết tâm của ông trước tiên là phục vụ và bảo vệ người dân

Hoa Kỳ. Nó cũng đo lường mức độ mà đảng Dân Chủ tự tách ra khỏi các nguyên tắc của họ trong quá khứ. Trước chiến dịch tranh cử và nhiệm kỳ tổng thống của Trump, các đảng viên Dân Chủ ủng hộ và tài trợ cho bức tường. Bây giờ họ phản đối nó. Họ làm như vậy đơn giản chỉ vì Trump ủng hộ nó. Việc ngừng xây bức tường gây nguy hiểm cho an ninh và tính mạng của 330 triệu công dân Hoa Kỳ, nhưng điều đó không ở trong những toan tính mới của đảng Dân Chủ.

Điều đáng lo ngại không kém đối với các đảng viên Cộng Hòa của Trump là Hành Động Hành Pháp của Biden về việc Hoa Kỳ tái gia nhập Tổ chức Y Tế Thế Giới (WHO) mà Trump rút tiền ra và thu lại phần lớn trong số 500 triệu đô la tài trợ cho WHO mà Trump cắt giảm. Trump có quyết định này khi nhận được tin tiết lộ rằng WHO bị chế độ độc tài Trung Cộng kiểm soát, thông đồng với những người cộng sản Hoa Lục để che giấu sự truyền nhiễm và thực chất chết người của vi khuẩn Covid.

Khi Biden hủy bỏ nỗ lực của Trump buộc những kẻ lan truyền đại dịch phải chịu trách nhiệm, đồng thời khôi phục thẩm quyền và nguồn tài trợ cho họ, Biden không yêu cầu Trung Cộng có một nhượng bộ nào. Ông ta chỉ đơn giản hành động như thể Trump là vấn đề chứ không phải những người Cộng Sản Trung Quốc và các đặc vụ của họ mới là vấn đề.

Sắc lệnh hành pháp thứ ba của Biden là khôi

phục hàng trăm triệu đô la cho những kẻ khủng bố Palestine. Trump chặn các khoản tiền này khi các tên độc tài khủng bố ở Gaza và Tây Ngạn từ chối ngưng sử dụng viện trợ nhân đạo và quân sự để tài trợ các cuộc tấn công khủng bố nhằm vào thường dân Do Thái. Sắc lệnh hành pháp này của Biden chấm dứt thành tựu có lẽ là chính sách đối ngoại lớn nhất của Trump: Hiệp Định Abraham, bình thường hóa quan hệ giữa Do Thái và các quốc gia Ả Rập Hồi Giáo thường gây chiến tranh với Do Thái trong hơn 70 năm qua.

Đó là sự phát triển hứa hẹn nhất trong các nỗ lực hòa bình ở Trung Đông được ghi nhận. Nhưng Hiệp Định phụ thuộc vào một chính sách đổi mới – sự cô lập người Palestine, những người trong hơn 70 năm từ chối công nhận sự tồn tại của Israel hoặc sử dụng khủng bố để bảo đảm các mục tiêu của họ. Họ từ chối bình thường hóa vì mục tiêu rõ ràng, kiên định của họ là hủy diệt quốc gia Do Thái và thanh trừng sắc tộc người Do Thái, là diệt chủng.

Hơn bất cứ điều gì khác, điều này phản ảnh bản chất cấp tiến của đảng Dân Chủ mới. Các thành viên của Biệt Đội Squad trong đảng, Alexandria Ocasio-Cortez, Cori Bush, Ilhan Omar, Rashida Tlaib, Ayanna Presley, và Pramila Jayapal, là những người công khai ủng hộ những kẻ khủng bố diệt chủng Hamas và Hezbollah, những kẻ trơ trẽn nói dối rằng Do Thái chiếm đóng một quốc gia được gọi là

Palestine trong khi chưa từng có quốc gia nào như vậy tồn tại, và Do Thái được thành hình hoàn toàn trên vùng đất thuộc về người Thổ Nhĩ Kỳ, những người không phải là dân Palestine cũng như không phải là dân Ả Rập trong 400 năm trước khi quốc gia Do Thái được thành lập. Jordan, Lebanon, Syria và Iraq đều được tạo ra trên cùng một vùng đất của Thổ Nhĩ Kỳ, nhưng Cortez và các đồng đội của cô ta không phản đối những quốc gia này, vì đó không phải là quê hương của người Do Thái.

Khoảng Cách Sâu Sắc Nhất Là Chủng Tộc

Điều đầu tiên trong các ưu tiên của Biden, chỉ vài giờ sau khi nhậm chức, Biden hủy bỏ dự án "Ủy Ban 1776" mà Trump thành lập vào cuối nhiệm kỳ của ông. Quyết định này phản ảnh thực tế về sự xung đột giữa hai người đàn ông và đảng phái của họ về một vấn đề – lòng yêu nước của người Mỹ- nó lớn hơn và sâu sắc hơn bức tường biên giới, hơn vi khuẩn corona, hơn sự ủng hộ của đảng Dân Chủ đối với những kẻ khủng bố ở Trung Đông hoặc bất kỳ sự khác biệt chính trị nào khác, nó định hình nhiệm kỳ tổng thống của Biden.

Trump thành lập Ủy Ban 1776 do sắc lệnh hành pháp vào ngày 22 tháng 11 năm 2020, để phản đối Dự Án 1619 của New York Times, một dự án được thiết kế để mô tả nước Mỹ là một quốc gia theo chủ nghĩa da trắng thượng đẳng từ khởi thủy. Dự án này tìm cách thay thế ngày thành lập nước Mỹ vào năm 1776 bằng một ngày hoàn toàn phi lịch sử của năm 1619, theo đó 20 người được cho là nô lệ đến thuộc địa Virginia. Cuộc tấn công được dẫn đầu bởi ban biên tập "tờ báo kỷ lục" của Hoa Kỳ, The New York Times, mà các biên tập viên giải thích ý nghĩa của nó trong tuyên bố sau đây:

"Dự Án 1619 là một sáng kiến lớn của The New York Times nhân dịp kỷ niệm 400 năm ngày khởi đầu chế độ nô lệ ở Mỹ. Dự Án nhằm mục đích sắp xếp lại lịch sử của đất nước, để hiểu rằng năm 1619 là nền tảng thật của chúng ta và đặt hậu quả của chế độ nô lệ và sự đóng góp của người Mỹ da đen vào trọng tâm của quốc gia chúng ta."

Việc "tái cấu trúc" lịch sử nước Mỹ của The New York Times dựa trên một chuỗi những dối trá rõ ràng đến mức khó hiểu, làm thế nào mà các tác giả của dự án hoặc Biden hoặc đảng Dân Chủ lại có thể tin cậy vào những điều như vậy. Hợp Chủng Quốc Hoa Kỳ, chưa nói đến tiểu bang Virginia, không hiện hữu vào năm 1619 khi hai mươi người Châu Phi được chuyển đến thuộc địa. Vì vậy, đây không phải là "sự khởi đầu của chế độ nô lệ ở nước Mỹ," như các biên tập viên bất lương của The New York Times khẳng định. Vào năm 1619, nước Mỹ chưa hiện hữu và cũng sẽ không hiện hữu trong 168 năm nữa. Và nước Mỹ chỉ hiện hữu từ kết quả của một cuộc chiến tranh cách mạng cống hiến cho một dự định, là tất cả mọi người đều có quyền tự do "bất khả xâm phạm," một quyền tiềm năng cho cả những nô lệ da đen.

Khung thời gian 400 năm (lập quốc) là một phát minh ác ý của phe chính trị cánh tả và sẽ trở nên có ý nghĩa, nếu các hoạt động cách mạng tạo nên bản sắc Hoa Kỳ bị xóa sổ và sự khác biệt giữa người Mỹ và các ông chủ thực dân Anh được đánh đồng, do cả hai đều là người da trắng. Nói cách khác, phiên bản của The New York Times phụ thuộc vào quan điểm phân biệt chủng tộc, cho rằng chủng tộc lấn át mọi khía cạnh khác của hành vi con người.

Sự việc mà New York Times mô tả là "khởi đầu của chế độ nô lệ ở Mỹ" là một sự bịa đặt. Hai mươi người Châu Phi đến Virginia không phải nô lệ mà là những người hầu được ký hợp đồng làm việc từ 5 đến 7 năm để trả tiền cho chuyến đi đến Mỹ của họ và sau thời gian đó thì họ được tự do. Phần lớn lực lượng lao động ở Virginia bao gồm những tôi tớ có giao kèo như vậy, và đa số họ là người da trắng. Từ lúc những người nô lệ thực thụ được vận chuyển đến Mỹ, thì tất cả đều do chính tay người da đen ở Châu Phi bắt cóc họ và bán họ tại các cuộc đấu giá nô lệ ở Ghana và Benin, hệ thống buôn bán nô dịch này không liên quan gì đến "sự phân biệt chủng tộc của người Mỹ," mà là sự tiếp nối của một tập tục tồn tại ở Châu Phi hàng nghìn năm, trước khi có người da trắng đặt chân đến đó.

Do kết quả từ sự nỗ lực của các nghiệp đoàn giáo viên cánh tả, việc làm sai lệch lịch sử Hoa Kỳ có tính toán này trở thành một phần trong chương trình giảng dạy của hàng nghìn trường trung học ở Mỹ vào mùa thu năm 2020.

Trump thành lập Ủy Ban 1776 để bảo vệ lịch sử nước Mỹ, bảo vệ sự thành lập nước Mỹ với tư cách là một quốc gia phát xuất từ một cuộc chiến tranh cách mạng, cống hiến sự bình đẳng và quyền tự do bất biến cho tất cả mọi người. Bản phúc trình đầu tiên của Ủy Ban 1776 được phổ biến hai ngày trước lễ nhậm chức của Biden.

Câu chuyện năm 1776 bao gồm sự cam kết lâu dài của Hoa Kỳ trong việc tạo ra một xã hội bình đẳng, trong đó các cá nhân được xét dựa trên phẩm cách chứ không phải màu da của họ. Những từ ngữ trắng và đen, nam và nữ, không xuất hiện trong bản Hiến Pháp. Nước Mỹ không phải là phát minh của những người theo chủ nghĩa da trắng thượng đẳng như những người cấp tiến Biden khẳng định. Không giống như Dự Án 1619, câu chuyện năm 1776 không được tạo ra bởi các học giả đảng phái. Nó được thành hình với sự nghiên cứu của hàng chục nghìn nhà sử học và học giả từ mọi phe phái chính trị trong hàng trăm năm.

Khi hủy bỏ Ủy Ban 1776, Biden nói rằng chính quyền của ông sẽ tiếp tục thúc đẩy chương trình giảng dạy chống Mỹ trong các trường học và sẽ không có chương trình giảng dạy về năm 1776 để đối chiếu với sự thật. Vào tháng 4 năm 2021, Bộ Giáo

Dục của Biden công bố "ưu tiên tài trợ mới cho các chương trình Công Dân Giáo Dục và Lịch Sử Hoa Kỳ, đồng thời trích dẫn tài liệu của nhà hoạt động chống phân biệt chủng tộc Ibram X. Kendi và Dự Án 1619.

Kiến trúc sư thật sự của Dự Án 1619 là một nhà báo tên là Nikole Hannah-Jones, bắt đầu từ tuổi 19 viết các bài báo về "chủng tộc da trắng" như là "bọn quỷ man rợ" và là "những tên hút máu." Ảnh hưởng của cô ta không do thành tích mà nhờ sự hỗ trợ gom góp từ giới tinh hoa văn hóa, dẫn đầu là The New York Times, Hiệp Hội Pulitzer, các nghiệp đoàn giáo viên cánh tả và bây giờ là đích thân tổng thống Biden. Bất chấp sự chỉ trích gay gắt từ các nhà sử học, và chống lại chủ trương kiểm chứng sự thật của chính mình, Tiến Sĩ Kiểm Chứng Sự Thật Hannah-Jones tuyên bố trong bài báo chính yếu của Dự Án 1619, viết rằng cuộc Cách Mạng Hoa Kỳ được chiến đấu chủ yếu là "để bảo tồn chế độ nô lệ" và rằng Hiến Pháp Hoa Kỳ vốn phân biệt chủng tộc, cho dù Hiến Pháp không đề cập đến chủng tộc. Đúng là Hiến Pháp không cấm chế độ nô lệ da trắng hay nô lệ da đen như một sự thỏa hiệp để giành được sự ủng hộ của các thuộc địa miền Nam. Tuy nhiên, ngay cả người theo chủ nghĩa bãi nô Frederick Douglass, bản thân cũng là một nô lệ được trả tự do, đặt câu hỏi: "Nếu những người soạn thảo và áp dụng Hiến Pháp dự định đó là một công cụ giam giữ nô lệ, thì tại sao những chữ 'chế độ nô lệ', 'những chủ nô ' hoặc 'những tên nô lệ'? ' không tìm thấy bất cứ ở nơi nào trong bàn Hiến

Pháp?" Trên thực tế, chữ chủng tộc chỉ xuất hiện lần đầu tiên trong Hiến Pháp với việc thông qua Tu Chính Án Thứ Mười Lăm vào năm 1870, trong đó ghi rằng, "Quyền bầu cử của công dân Hoa Kỳ sẽ không bị từ chối, hoặc hạn chế bởi chính phủ Liên Bang hoặc bởi bất kỳ Tiểu Bang nào vì lý do chủng tộc, màu da hoặc tình trạng nô lệ trước đây."

Một sự thật lịch sử cho thấy, Hoa Kỳ là quốc gia đầu tiên trong lịch sử thế giới cống hiến nguyên tắc bình đẳng chủng tộc kể từ khi thành lập vào năm 1776, cho đến khi thông qua Đạo Luật Dân Quyền năm 1964, ngay cả khi có sự tồn tại dai dẳng về định kiến chủng tộc và sự phân biệt đối xử của Jim Crow ở miền Nam, khiến cho lời hứa 1776 không được nhận thức đầy đủ. Tuy nhiên, cũng là sự thật về cuộc đấu tranh để thực hiện lời hứa đó, liên quan đến sự hy sinh của hàng trăm nghìn sinh mạng cả người da trắng lẫn người da đen, và hàng nghìn tỷ đô la phí tổn. Tập trung vào những sai sót về chủng tộc của Hoa Kỳ mà không thừa nhận những thành công to lớn về chủng tộc của nước này so với các quốc gia khác – nhất là việc một người Mỹ da đen được bầu làm tổng thống 2 lần, và sự giàu có cũng như sự thành công khổng lồ của những người da đen nổi tiếng – nó vừa không trung thực về mặt trí tuệ vừa thiếu khôn ngoan về mặt chính trị.

Việc hủy bỏ Ủy Ban 1776 của Trump mà Biden gọi đó là "sự xúc phạm" và "phản thực tế," là những lời tuyên bố vô căn cứ. Sự chối bỏ câu chuyện lịch sử ngay tại tâm điểm tự hiểu biết về lịch sử nước Mỹ đặt trên một nền tảng không có thật là điều đáng lo ngại hơn hết. Trong hơn 250 năm, "Tinh thần 76" đưa người Mỹ vượt qua những thử thách lớn nhất khi bảo vệ đất nước và mở rộng tự do của họ. Rắc rối không kém là một tổng thống Hoa Kỳ chấp nhận một lịch sử bịa đặt rất kỳ thị và đầy thù nghịch đối với chính quốc gia mà ông ta là tổng tư lệnh. Tồi tệ hơn, ông ta cũng nói rõ trong tuyên bố nhậm chức rằng, việc truy tố nước Mỹ là một quốc gia phân biệt chủng tộc sẽ trở thành chủ đề trọng tâm và là một nguyên tắc trong tổ chức chính quyền của ông ta.

Huyền Thoại về Hệ Thống Phân Biệt Chủng Tộc

Biden phát biểu vào ngày 26 tháng 1:"Trong chiến dịch tranh cử Tổng Thống của tôi, tôi nói rất rõ ràng rằng thời khắc đến với quốc gia mà chúng ta phải đối mặt là tình trạng bất bình đẳng sâu sắc về chủng tộc ở Mỹ và nạn phân biệt chủng tộc có hệ thống gây khó khăn cho đất nước chúng ta từ rất, rất lâu."

Đây là một hư cấu đáng xấu hổ. Gần sáu mươi năm trước, Đạo Luật lịch sử về Dân Quyền cấm sự phân biệt chủng tộc có hệ thống. Nếu bất kỳ tổ chức nào tại Hoa Kỳ phân biệt chủng tộc có hệ thống thì tổ chức đó sẽ phải trả giá rất đắt cho những biện pháp về mặt pháp lý và phải chịu các hình phạt. Nếu "phân biệt chủng tộc có hệ thống chạm đến mọi khía cạnh của đời sống người Mỹ," như Biden tuyên bố, thì sẽ có một cơn sóng thần kiện tụng và hàng tỷ đô la tốn phí cho những cuộc điều đình. Nhưng không có cơn sóng thần nào như vậy, bởi vì thuật ngữ "phân biệt chủng tộc có hệ thống" chỉ là một huyền thoại được tạo ra bởi cánh tả chống Mỹ để thúc đẩy các nghị trình cấp tiến của họ.

Điều gì giúp duy trì hư cấu nói trên? Đó là một ý tưởng khiếm khuyết và nguy hiểm cho rằng, vào năm 2021 "sự chênh lệch" về lợi tức hoặc sự diễn đạt về Hoa Kỳ là kết quả của các hành vi kỳ thị chủng tộc và giới tính, chứ không phản ảnh tài năng của cá nhân và sự lựa chọn của họ. Một người Mỹ gốc Châu Phi được bầu làm tổng thống hai lần với sự ủng hộ của đa số người da trắng, trong khi các vị trí thực thi pháp luật cao nhất của Hoa Kỳ, bao gồm cả bộ máy an ninh quốc gia, đều do người Mỹ gốc Châu Phi nắm giữ, mà không một quốc gia nào khác – đen, nâu, vàng hoặc trắng – có thể khẳng định điều này. Phân biệt chủng tộc là bất hợp pháp trong một thế hệ, và theo tất cả các chỉ số xã hội, bất kỳ dấu vết nào của nó cũng nhanh chóng lùi vào dĩ vãng.

Có nhiều người Mỹ gốc Châu Phi vẫn còn nghèo và không thể tự tồn tại nếu không có sự trợ giúp của chính phủ. Nhưng những sự trợ giúp như thế thì lúc nào cũng sẵn sàng. Hơn nữa, có đến 80 phần trăm người Mỹ gốc Châu Phi không nghèo hoặc không phụ thuộc vào an sinh xã hội, nên không thể cho rằng màu da và sự phân biệt chủng tộc là nguyên nhân gây ra hoàn cảnh khó khăn cho 20 phần trăm còn lại. Chỉ có việc xoá bỏ trách nhiệm trong sự lựa chọn và hành động của các cá nhân mới có thể hạ thấp con người xuống bản sắc chủng tộc của họ và khẳng định sự cố chấp là nguyên nhân của những chênh lệch trong bất cứ lãnh vực nào được tìm thấy.

Nhưng đó chính xác là những gì Biden và đảng Dân Chủ làm. Ý tưởng cho rằng "quyền lực tối cao của người da trắng" là một thuật ngữ rất đúng để mô tả đất nước như họ vẫn khẳng định là hoàn toàn lố bịch và thật là tồi tệ. Thực tế cho thấy, khó có thể so sánh biểu hiện văn hóa mạnh mẽ của người Mỹ gốc Châu Phi và gốc Châu Mỹ La Tinh, hoặc vai trò của họ trong lãnh vực thể thao và giải trí trở nên hình mẫu cho giới trẻ Hoa Kỳ thuộc mọi sắc thái và màu da, hoặc các chức vụ nổi bật của họ trong cơ quan thực thi pháp luật và quân đội, hoặc rất hiếm các vụ kiện phân biệt đối xử chiếu theo Đạo Luật Dân Quyền. Một nước Mỹ nếu theo chủ nghĩa da trắng thượng tôn cũng không thể có một thực tế là nhóm sắc tộc thật sự có lợi tức cao nhất là người Mỹ gốc Á, với tiền kiếm được trung bình hàng năm trong một gia đình của họ cao hơn 20,000 đô la so với con số tương ứng của người da trắng.

Làm thế nào mà điều đó có thể xảy ra trong một xã hội bị tàn phá bởi nạn phân biệt chủng tộc mang tính hệ thống và bởi người da trắng thượng đẳng như lời mô tả (của đảng Dân Chủ và Joe Biden)?

Bởi vì nước Mỹ vào năm 2021 là một xã hội hòa nhập và bình đẳng về chủng tộc, và bởi vì những kẻ phân biệt chủng tộc rõ ràng chỉ là một nhóm giới hạn, cho nên cánh tả phát triển toàn bộ từ vựng của "Cảm Tình Viên Cộng Sản" để che đậy một sự thật là chủ nghĩa phân biệt chủng tộc vốn bị thu hẹp trong một nhóm người tầm thường bị gạt ra bên lề xã hội. Các thuật ngữ như thiên kiến kỳ thị vô thức, thiên kiến kỳ thị ngấm ngầm và phân biệt chủng tộc có hệ thống, trong nhiều thập niên là mục đích chủ yếu hàng đầu của giới học thuật được cánh tả khai triển để che mờ những kẻ phân biệt chủng tộc hiếm thấy trong cơ cấu chính trị và cũng để tha thứ cho các nhóm nạn nhân mà lẽ ra chính họ phải chịu trách nhiệm về hoàn cảnh của họ.

Công Bằng

Tầm quan trọng của những thủ đoạn này trở nên rõ ràng khi chính quyền Biden tung ra một thuật ngữ mới để mô tả chủ đề trọng tâm của nghị trình chính trị mới: công bằng. Danh từ thông dụng này nhanh chóng nổi lên như nguyên tắc chỉ đạo trong các chính sách kinh tế và xã hội của chính quyền mới. Vào ngày nhậm chức, Biden ban hành một sắc lệnh hành pháp phác thảo nghị trình có tiêu đề "Việc Thúc Đẩy Bình Đẳng Chủng Tộc," với nội dung: "Cơ hội bình đẳng là nền tảng Dân Chủ của Hoa Kỳ và sự đa dạng là một trong những thế mạnh nhất của đất nước chúng ta. Nhưng đối với rất nhiều người, Giấc Mơ Mỹ vẫn nằm ngoài tầm với. Cố giữ sự khác biệt sâu xa trong luật pháp và chính sách công của chúng ta, cũng như trong các tổ chức công và tư của chúng ta, tức là từ chối cơ hội bình đẳng cho các cá nhân và cộng đồng."

Nhưng nếu thật sự có chuyện "cố giữ sự khác biệt" trong luật pháp Hoa Kỳ và trong chính sách dẫn đến sự phân biệt đối xử đối với một sắc tộc và giới tính cụ thể nào đó, thì là bất hợp pháp. Điều này cho thấy rõ ràng ngay từ đầu chính quyền mới không có chủ ý giải quyết những vụ từ chối cơ hội bình đẳng thật sự. Thay vào, họ sẽ thực hiện chủ nghĩa xã hội ảo tưởng, theo đó chính phủ tái phân phối tài sản và đặc quyền dựa theo giới tính và chủng tộc. Chỉ đơn thuần là một khác biệt, cũng sẽ trở thành lý do không bàn cãi trong việc tái phân phối tài sản, đây là một việc làm vi hiến, bất hợp pháp và chống Mỹ của chính quyền Biden.

Sắc Lệnh Hành Pháp của Biden tiếp tục: "Đất nước chúng ta phải đối mặt với các cuộc khủng hoảng kinh tế, y tế và khí hậu được phơi bày và chúng làm trầm trọng thêm sự bất bình đẳng, trong khi phong trào lịch sử đòi công lý làm nổi bật cái giá mà con người không thể trả nổi do sự phân biệt chủng tộc có hệ thống." Đây là tấm vải thưa che đậy Phong Trào

Black Lives Matter, một tổ chức theo chủ nghĩa Mác được đảng Dân Chủ chính thức nhìn nhận, gây quỹ 60 triệu mỹ kim cho chiến dịch tranh cử tổng thống của Biden. Sắc lệnh không đưa ra bằng chứng nào về những tuyên bố phân biệt chủng tộc có hệ thống và quyền tối cao của người da trắng, và cho thấy sự không quan tâm đến công lý, nếu những bất công được thực hiện bởi người da đen.

Sắc lệnh của Biden tiếp tục tuyên bố: "Quốc gia của chúng ta xứng đáng có một nghị trình công bằng đầy tham vọng của toàn bộ chính phủ, phù hợp với tầm quy mô của các cơ hội và thách thức mà chúng ta phải đối mặt" và giải thích "một nghị trình công bằng đầy tham vọng của toàn bộ chính phủ" nghĩa là gì. "Do đó, chính sách dưới chính quyền của tôi là Chính Phủ Liên Bang nên theo đuổi cách tiếp xúc toàn diện để thúc đẩy bình đẳng cho tất cả mọi người, bao gồm cả người da màu và những người khác trước đây không được phục vụ đúng mức, bị gạt ra ngoài lề xã hội và bị ảnh hưởng bất lợi bởi tình trạng nghèo đói và tình trạng bất bình đẳng dai dẳng."

Sau đó, sắc lệnh của Biden mô tả các nhóm được hưởng lợi bằng tiền của người đóng thuế:

Vì mục đích của sắc lệnh này: Thuật ngữ "công bằng" có nghĩa là sự đối xử bình đẳng, công bằng, không thiên vị, giống nhau và có hệ thống đối với tất cả các cá nhân, bao gồm cả những cá nhân thuộc các cộng đồng không được phục vụ đầy đủ hoặc bị từ chối được đối xử như vậy, như là người Da Đen, người Mỹ gốc La Tinh, người Mỹ Bản Địa, người Mỹ gốc Á, người Mỹ gốc Hải Đảo Thái Bình Dương và những người da màu khác; thành viên của các tôn giáo thiểu số; người đồng tính nữ, đồng tính nam, song tính, chuyển giới và đồng tính (LGBTQ+); người tàn tật, những người sống ở nông thôn, và những người bị ảnh hưởng bất lợi bởi tình trạng nghèo đói hoặc bất bình đẳng kéo dài.

Nhưng ngay cả danh sách không phân biệt đối xử này cũng không lương thiện. Chương Trình Công Bằng của Biden không dành "sự đối xử bình đẳng, công bằng, không thiên vị đối với tất cả các cá nhân" vì người Mỹ da trắng, kể cả người Mỹ da trắng nghèo bị loại trừ. Và người Mỹ gốc Á, nhóm sắc tộc giàu có nhất ở Mỹ, bị coi là thiểu số bị áp bức về kinh tế chỉ vì màu da của họ. Đây là một nghị trình xã hội chủ nghĩa nhằm tái phân phối của cải dựa trên nền tảng chủng tộc và giới tính mà không quan tâm đến tài năng cá nhân hay tình trạng "bất công xã hội" thật sự.

Những sự thật này từng được làm rõ qua một chương trình công bằng xã hội với hàng tỷ đô la được Barack Obama và đảng Dân Chủ ban hành như một khoản thanh toán cho nông dân sống ở các vùng nông thôn – nhưng chỉ cho những nông dân không phải là người da trắng. Đây rõ ràng là một sự vi phạm điều khoản bảo vệ bình đẳng của Hiến Pháp và Đạo Luật Dân Quyền năm 1964. Đảng Dân Chủ đang điều hành chính phủ giống như những người da trắng thượng đẳng Dixiecrats phân biệt chủng tộc ở miền Nam, nhưng không hề có một chút tự nhận thức nào về bản chất thật của họ.

Chương trình cứu trợ nông trang trại trị giá 4 tỷ đô la của Biden dành cho nông dân da đen là một nỗ lực của đảng Dân Chủ nhằm lươn lẹo đặt cọc cho khoản bồi thường nô lệ, sau 156 năm nô lệ được giải phóng. Hơn nữa, họ được giải phóng nhờ sự hy sinh của 350.000 tính mạng chính yếu là người da trắng và hàng tỷ đô la quý báu mà chính phủ chi trả nhưng hiện nay họ lại đang đòi phải được bồi thường. Cũng cần đến thủ đoạn để thông qua khoản bồi thường mà đa số người Mỹ không thích, vậy phải làm thế nào để được thông qua mà không cần phải bỏ phiếu. Để thực hiện âm mưu này, đảng Dân Chủ cài đặt chương trình cứu trợ nông trang trại chống người da trắng vào Đạo Luật Kế Hoạch Giải Cứu Hoa Kỳ trị giá 1.9 nghìn tỷ đô la dưới danh nghĩa là luật kích thích liên quan đến đại dịch.

Trong lần thử đầu tiên tại tòa án, chương trình bị phán quyết là vi hiến vì nó vi phạm rõ ràng điều khoản bảo vệ bình đẳng. Thẩm phán viết rằng "Chương trình tha nợ hoàn toàn dựa trên chủng tộc của nông dân hoặc chủ trang trại," Vậy, trọng tâm nghị trình tương lai của Biden là quan điểm bình đẳng chủng tộc được dự trù sẵn trước khi chính thức nhậm chức, và ông ta công bố kế hoạch cứu trợ Covid đặt trên căn bản phân biệt chủng tộc.

"Tổng Thống đắc cử Joe Biden tuần này cho biết ông sẽ ưu tiên hỗ trợ các doanh nghiệp nhỏ bị tổn thương bởi đại dịch Covid dựa trên chủng tộc và giới tính của chủ nhân" KATV đưa tin. Biden nói: "Chúng tôi sẽ chú trọng vào các doanh nghiệp nhỏ trên Main Street không giàu có và có quan hệ tốt đẹp đang phải đối mặt với những khó khăn kinh tế thực sự không do lỗi của họ. Ưu tiên của chúng tôi sẽ là các doanh nghiệp nhỏ thuộc sở hữu của người Da Đen, người Latinh, người Châu Á và người Mỹ bản địa, các doanh nghiệp do phụ nữ làm chủ và cuối cùng là quyền tiếp xúc bình đẳng đối với các nguồn tài lực cần thiết để mở cửa và tái xây dựng."

Đây là sự phủ nhận giá trị tinh túy nhất của Hoa Kỳ, được trang trọng ghi nhận trên giấy khai sinh của nước Mỹ, trong đó tuyên bố "tất cả mọi người sinh ra đều bình đẳng." Biden đang cho người dân Mỹ biết rằng chính phủ mới của họ sẽ được hướng dẫn bởi một quan điểm, trong đó "công bằng xã hội" sẽ được theo đuổi thông qua các chính sách phải đạo chính trị, như tái phân phối lợi tức dựa trên màu da và giới tính.. Đây là những chính sách trái ngược với những nguyên tắc truyền cảm hứng cho sự tiến bộ của nước Mỹ hướng tới đa nguyên, đa dạng và tự do trong 250 năm. Nói tóm lại, Biden dự định điều hành một chính phủ công khai phân biệt chủng tộc và vi hiến nhất trong lịch sử Hoa Kỳ.

Trên đường vận động tranh cử, trong khi những kẻ bạo loạn đốt phá các thành phố Hoa Kỳ và hô vang "Không Có Công Lý, Không Có Hoà Bình," ứng cử viên Joe Biden khoe khoang trên Twitter, "Chúng tôi sẽ đánh bại Donald Trump. Và khi chúng tôi làm, chúng tôi sẽ không chỉ xây dựng lại quốc gia này mà chúng tôi sẽ biến đổi nó."

Vào ngày 20 tháng 1 năm 2021, ông ta đạt được điều này!

CHƯƠNG 4

Mở Cửa Biên Giới

Ngày 16 tháng 6 năm 1953, có hàng triệu người Đông Đức đứng lên phản đối chế độ độc tài Cộng Sản chuyên chế. Người đứng đầu Hội Nhà Văn Cộng Sản (Hội Văn Sĩ) nói rằng người dân mất niềm tin vào chính phủ, điều nầy không sai, vì nhà nước không có niềm tin của người dân. Cuộc nổi dậy bị xe tăng Liên Xô nghiền nát một cách tàn bạo và man rợ. Nhằm đánh dấu sự kiện này, Nhà thơ người Đức Bertolt Brecht viết một bài thơ châm biếm, như lời khuyên cho tất cả các tên bạo chúa cộng sản thiếu kiên nhẫn đối với thái độ và giá trị của người dân mà họ thống trị. Ông đặt tên bài thơ là "Giải Pháp" và khuyên những kẻ cai trị, tầng lớp chưa hề chia sẻ các giá trị của người dân, thay vì tìm cách giành được sự ủng hộ của quần chúng, sẽ dễ dàng hơn khi "loại bỏ tầng lớp quần chúng này và chọn tầng lớp khác." Đây có lẽ là biểu lộ rõ rệt nhất để nhận diện các chính sách nhập cư mới mà Joe Biden công bố trong ngày nhậm chức.

Sức mạnh và chủ quyền căn bản của một quốc gia có thể thực thi một cách hợp lý, được thể hiện khi bảo vệ toàn vẹn các đường biên giới. Nó được bảo đảm hơn nữa qua một quá trình đòi hỏi người nhập cư phải được giáo dục, nhằm am hiểu về luật pháp và phong tục của quốc gia, với lời tuyên thệ trung thành và cam kết hòa đồng với các giá trị và truyền thống của xã hội mới mà người nhập cư cần phải biết và sống cho phù hợp.

Một sai lầm phổ biến khi nghĩ rằng sự thịnh vượng và tự do của một quốc gia được xác định bởi kinh tế, nhân khẩu học, xã hội học hoặc các yếu tố tương tự. Trên thực tế, sự thành công của một quốc gia được quyết định bởi nền văn hóa của nó. Đó là lý do tại sao một quốc đảo đông đúc không có tài nguyên thiên nhiên như Nhật Bản, trở thành một cường quốc kỹ nghệ thịnh vượng trên thế giới, trong khi Mexico, một quốc gia giàu tài nguyên thiên nhiên và độc lập trong hơn một thế kỷ, bị sa lầy trong tham nhũng, nghèo đói và bạo lực băng đảng đến nỗi hàng năm có hơn một triệu cư dân phải chạy trốn bất hợp pháp sang Hoa Kỳ.

Đảng Dân Chủ quan niệm Quyền Công Dân Hiệp Chủng Quốc Hoa Kỳ như một khái niệm thể hiện ý tưởng về một bản sắc độc đáo, là điều không thể chấp nhận được. Đó là tại sao đảng Dân Chủ thấy không có lý do gì để cấm những người không phải Công Dân được bỏ phiếu trong các cuộc bầu cử ở Mỹ, hoặc được nhận các đặc quyền như phúc lợi, chăm sóc sức khỏe và các khoản trợ cấp khác mà văn hóa Mỹ thực hiện được. Đảng Dân Chủ gắn bó với một nền chính trị dựa trên bản sắc chủng tộc. Đặt các phạm trù chủng tộc trở thành chính yếu, thay thế cho ý tưởng chính về một nền văn hóa và bản sắc Hoa Kỳ, tước đi sự hiểu biết của công dân về các tập tục và nguyên tắc giúp vận may đến với họ.

Vì tin vào tính ưu việt của chủng tộc, đảng Dân Chủ xem những kẻ từ hướng nam vượt biên giới bất hợp pháp là "người da nâu" và bị áp bức bởi chính quyền trên quê hương họ. Nhưng họ bị ai áp bức? Bởi một chính quyền Mễ tham nhũng do người da nâu điều hành. Theo đảng Dân Chủ, một khi những người Mễ này vượt qua biên giới, họ sẽ bị áp bức do chủ nghĩa phân biệt chủng tộc có hệ thống của Mỹ, điều này sẽ gây ra cho họ một cách vô thức bởi người da trắng, những người bỗng chốc trở thành thiểu số ngay trên đất nước của mình – vì đâu? Thưa, chính là "những người theo chủ nghĩa thượng đẳng da trắng," những người đàn áp họ một cách vô thức, trong khi mời họ vào đất nước của mình!

Theo quan niệm của đảng Dân Chủ về những người Mỹ vẫn tin vào biên giới, quyền công dân, sự đồng hóa và lời thề trung thành đều là những kẻ theo chủ nghĩa phân biệt chủng tộc, và là những lợi ích bị coi là bất chính. Trong ba tháng cầm quyền, Joe Biden cấm sử dụng các từ ngữ "đồng hóa" và "người nhập cư bất hợp pháp" loại chúng ra khỏi từ vựng của các viên chức phụ trách việc nhập cư. Thay vào đó, ông thay thế bằng "sự hội nhập" và "những người nhập cư không có giấy tờ," như thể vấn đề nhập cư bất hợp pháp là một trong những trường hợp giấy tờ bị mất và thiếu sự hòa nhập. Vấn đề là nhập cư bất hợp pháp, không có tiến trình nhập tịch.

Tôi Không Thể Hợp Pháp Hóa, Nhưng Tôi Sẽ Làm

Sau cuộc bầu cử thứ hai vào năm 2012, Tổng Thống Hussein Barack Obama phải chịu áp lực mạnh mẽ từ căn cứ cấp tiến để tuyên bố ân xá cho hàng triệu người phạm luật để vượt biên ẩn danh vào Hoa Kỳ. Áp lực từ những người cực đoan có thế lực lớn đến nỗi Obama buộc phải công khai giải thích với họ, ít nhất hai mươi hai lần rằng Hiến Pháp và luật pháp cấm ông tuyên bố ân xá chung cho những người cư trú bất hợp pháp tại Hoa Kỳ. Tuy nhiên, đất nước thịnh vượng, giàu cơ hội dành cho những người nhập cư bất hợp pháp, thực sự được tạo ra bởi những giới hạn hiến định tương tự đối với thẩm quyền của chính phủ.

"Hiệp Chủng Quốc Hoa Kỳ là một quốc gia của

luật pháp," theo lời biện giải của Hussein Barrack Obama giải thích trong một cuộc họp báo, "có nghĩa là tôi, với tư cách là Tổng Thống, có nghĩa vụ thực thi luật pháp. Tôi không có lựa chọn nào khác... Đối với quan điểm rằng tôi chỉ có thể đình chỉ việc bãi bỏ thông qua lệnh hành pháp, đó không phải là trường hợp, bởi vì chúng là luật trong sách mà Quốc Hội thông qua..." Trong một dịp khác, ông nhắc nhở mọi người: "Tôi thề sẽ giữ gìn luật pháp ghi trên sách..." Và một lần nữa, ông nói: "Bây giờ, tôi biết một số người muốn tôi bỏ qua Quốc Hội và tự mình thay đổi luật pháp. Tin tôi đi, ý tưởng tự mình làm mọi thứ rất hấp dẫn, tôi hứa với bạn... Nhưng đó không phải là cách mà hệ thống của chúng ta hoạt động. Đó không phải là cách mà nền Dân Chủ của chúng ta hoạt động. Đó không phải là cách mà Hiến Pháp của chúng ta được viết."

Khi bảo vệ hệ thống Mỹ phù hợp với mục đích của mình, Obama là một chính trị gia đủ khôn ngoan để hiểu lý do và biến thể của nó. Nhưng bản thân ông là một người cấp tiến bẩm sinh và trưởng thành, và là một người cấp tiến không tin vào chính hệ thống hoặc vào những hạn chế của Hiến Pháp mà các Nhà Lập Quốc tạo ra. Vì lý do tương tự, các bài giảng về công dân của ông rơi vào lỗ tai điếc. Theo bản chất của họ, những người cấp tiến bác bỏ luật pháp và trật tự hiến pháp hỗ trợ nó. Đó là những gì làm cho họ trở nên cấp tiến: quyết tâm của họ để thay đổi hệ thống pháp luật – không tuân theo hoặc chỉ đơn giản là cải cách nó.

Vào ngày 15 tháng 6 năm 2012, Hussein Barrack Obama làm những gì ông nhiều lần nói là luật pháp và Hiến Pháp cấm ông làm. Ông ta ban hành một "bản ghi nhớ Hành Pháp" được gọi là hành động hoãn lại cho những người đến nước Mỹ từ thời thơ ấu – DACA. Hành động Hành Pháp đơn phương này cung cấp một lệnh ân xá tạm thời cho 600.000 thanh thiếu niên vào Hoa Kỳ bất hợp pháp khi còn là trẻ vị thành niên và vẫn dưới 31 tuổi tính đến tháng 6 năm 2012. DACA cho phép những cá nhân này có được tình trạng pháp lý tạm thời, có giấy phép làm việc, được hưởng các dịch vụ xã hội được tài trợ công khai và được bảo vệ không bị trục xuất. Tất cả đều vi hiến và bất hợp pháp.

Hai năm sau đó, sau khi chứng kiến sự phản kháng ít ỏi từ đảng Cộng Hòa và thoát khỏi hành vi phạm tội bất hợp pháp, Hussein Barrack Obama quyết định mở rộng phạm vi tội ác của mình. Ông thực hiện một Hành Động Hành Pháp Thứ Hai, lần này là ân xá tạm thời cho 4 triệu người nhập cư bất hợp pháp theo chương trình hành động Hoãn Lại Cho Cha Mẹ của Người Mỹ và Thường Trú Nhân Hợp Pháp (DAPA) – mở rộng DACA.

Giống như DACA, sắc lệnh hành pháp mới này là bất hợp hiến và bất hợp pháp. Cả hai đều là quà tặng cho những kẻ buôn bán tội phạm, những người kiếm được hàng triệu đô la từ việc buôn bán người di cư tuyệt vọng và bị bóc lột và vượt qua biên giới, và cũng là quà tặng cho khối cử tri khổng lồ của người Mễ Tây Cơ và Trung Mỹ, những người muốn đến Mỹ vì những cơ hội quốc gia Hoa Kỳ ban tặng.

Các sắc lệnh hành pháp bất hợp pháp giúp cho Ứng Cử Viên Tổng Thống đảng Cộng Hòa chiến thắng năm 2016, Donald Trump, với chủ đề chính trong chiến dịch của ông: "Chúng ta sẽ xây dựng một bức tường. Chúng ta sẽ có những biên giới mạnh mẽ, đáng kinh ngạc. Và mọi người sẽ đến đất nước chúng ta, nhưng họ sẽ đến một cách hợp pháp." Trong bốn năm tiếp theo, đảng Dân Chủ tiến hành một cuộc chiến không ngừng chống lại Tổng Thống Donald Trump, cùng bức tường biên giới và các chính sách an ninh biên giới của ông.

Thành công của Tổng Thống Donald Trump trong việc bảo vệ biên giới và trật tự hiến pháp của Mỹ có thể được đo lường bằng sự suy giảm số lượng người di cư bất hợp pháp dọc theo biên giới phía Tây Nam của Mỹ. Sau khi đạt đỉnh điểm là 144,116 vụ bắt giữ vào tháng 5 năm 2019 – tức là chỉ trong một tháng và không kể số lượng lớn những người không bao giờ bị bắt – tổng số vụ bắt giữ giảm nhanh chóng mỗi tháng trong phần còn lại của năm. Đến tháng 12 năm 2019, tổng số vụ bắt giữ giảm xuống chỉ còn 40,565. Đến tháng 4 năm 2020, con số này giảm xuống chỉ còn 17,106. Nói một cách khác, các chính sách của Trump – cho dù được thực hiện không hoàn hảo –

làm giảm 88% lo ngại về những người nhập cư bất hợp pháp tìm cách lẻn qua biên giới từ mức cao nhất.

Chống Tổng Thống Trump Qua Hành Động

Sau khi cuộc bầu cử Tổng Thống năm 2020, nhằm chống lại Donald Trump, Joe Biden ra mắt chính quyền mới của mình với các hành động hành pháp có chủ đề chung là bãi bỏ các chính sách quan trọng của Trump – đặc biệt là các chính sách bảo vệ biên giới của Trump, mà không quan tâm đến giá trị của chính sách bảo vệ biên giới hoặc hậu quả có thể dự đoán được của việc từ bỏ nầy.

Một trong những hành động đầu tiên của Joe Biden là ngừng xây dựng bức tường biên giới. Ngay cả tiêu đề sắc lệnh của Biden cũng được viết như một thông điệp chống Trump rõ ràng: "Tuyên bố của Tổng Thống về việc chấm dứt danh dự đối với biên giới phía nam của Hoa Kỳ và chuyển hướng các quỹ được chuyển qua việc xây dựng bức tường biên giới."

Nói cách khác, Joe Biden tuyên bố rằng ông chấm dứt tình trạng khẩn cấp ở biên giới bằng cách hủy bỏ tất cả các biện pháp mà Trump thực hiện để bảo đảm nó. "Xây dựng một bức tường khổng lồ trải dài toàn bộ biên giới phía nam không phải là một giải pháp chính sách đúng đắn. Đó là một sự lãng phí tiền bạc làm chuyển hướng sự chú ý khỏi các mối đe dọa thực sự đối với an ninh nội địa của chúng ta." Lời biện minh cho việc ngừng xây này là vô lý, khi dòng người vượt biên trái phép vào Hoa Kỳ qua những khoảng trống trên bức tường mà Biden từ chối đóng cửa nhanh chóng được thể hiện rõ ràng. Đó cũng là đạo đức giả. Trước khi Trump coi tầm quan trọng của việc hoàn thành bức tường là trọng tâm của chiến dịch tranh cử Tổng Thống của mình vào năm 2015, các đảng viên Dân Chủ trong Quốc Hội – với sự hỗ trợ của Tổng Thống Obama và Phó Tổng Thống Biden – từng bỏ phiếu để xây dựng bức tường và tài trợ cho nó.

Giống như một nhà độc tài lừa dối, Biden tuyên bố vấn đề biên giới "chấm dứt" chỉ bằng lời nói của mình. Biden và đảng Dân Chủ đơn giản là không, và không coi cuộc xâm nhập vô luật pháp vào đất nước bởi những người nước ngoài vô danh bao gồm các thành phần băng đảng tội phạm, buôn bán tình dục, buôn bán ma túy và khủng bố là một vấn đề.

Đảng Dân Chủ cũng không thấy có gì sai trái với quyết định của Biden về việc thực hiện những thay đổi mang tính chuyển đổi trong chính trị quốc gia mà không tham khảo ý kiến Quốc Hội, hoặc cố gắng tạo ra sự đồng thuận lưỡng đảng về một sự thay đổi quan trọng đối với luật pháp, tiền lệ và sắp xếp Hiến Pháp hiện có. Sau khi Trump được bầu làm Tổng Thống với cách biệt sít sao vào năm 2016, đảng Dân Chủ phàn nàn rằng ông "không có nhiệm vụ" đối với bất kỳ chính sách nào mà họ không đồng ý. Ông Biden đắc cử với tỷ lệ rất nhỏ – 0,027% phiếu bầu.

Đó là một trong những khoảng cách hẹp nhất trong lịch sử của các cuộc bầu cử giống hệt nhau. Nhưng đó không phải là vấn đề đối với Biden, hoặc đối với các đồng đảng Dân Chủ của ông, khi nói đến việc dỡ bỏ các chính sách lớn về biên giới khiến cho các hoạt động bất hợp pháp tại biên giới giảm xuống đáng kể.

Hành động đơn phương của Biden trong ngày nhậm chức gây nguy hiểm cho công dân Mỹ. Điều này được nhấn mạnh bởi quyết định hủy bỏ một trong những hành động đầu tiên của Tổng Thống Donald Trump, đó là ưu tiên trục xuất tất cả những người nước ngoài bất hợp pháp phạm tội khác. Sắc lệnh của ông Trump được gọi là "Tăng Cường An Toàn Công Cộng Trong Nội Địa Hoa Kỳ." Ngoài việc ưu tiên trục xuất tội phạm, chính sách của Trump cũng hủy bỏ các lệnh nhập cư vi hiến của Obama miễn trừ gần như tất cả những người cư trú bất hợp pháp. Nó cũng làm cho khoảng 500 nơi trú ẩn do đảng Dân Chủ điều hành, vốn đang nổi loạn công khai chống lại các luật nhập cư hiện hành của Hoa Kỳ là không đủ điều kiện nhận trợ cấp liên bang, ngoại trừ những luật được coi là cần thiết cho việc thực thi pháp luật. Các sắc lệnh đơn phương của Biden trong Ngày Nhậm Chức khiến những chính sách của Trump trở nên vô hiệu.

Một nạn nhân khác trong các hành động chống Trump từ đầu của Biden là việc rút khỏi chương trình "Ở Lại Mễ Tây Cơ," mà Trump đàm phán để buộc những người tị nạn bất hợp pháp phải chờ đợi ở quốc gia này đến khi trường hợp của họ được giải quyết. Điều này có tác động lớn đến dòng người di cư bất hợp pháp cố gắng vào nước này một cách ẩn danh và không trải qua quá trình nhập tịch.

Trong bốn tháng tiếp theo, Biden ban hành 94 sắc lệnh hành pháp về chính sách nhập cư, đảo ngược hoàn toàn 62 sắc lệnh của Donald Trump và các cải cách mà Trump đưa ra để làm cho biên giới an toàn hơn. Theo lệnh mới, những tội phạm bằng bạo lực phạm trọng tội nhiều năm trước đó, giờ đây sẽ bị loại khỏi Hoa Kỳ thay vì bị trục xuất. Tội phạm thông thường sẽ không còn là điều kiện đủ để bị trục xuất trừ phi họ phạm tội nghiêm trọng, và sau đó thì chỉ bị trục xuất khi nào họ được xác định là mối đe dọa đối với an toàn công cộng và không có yếu tố giảm khinh để nhận được sự thông cảm với họ, chẳng hạn như "thông tư cá nhân và gia đình" và "các yếu tố sức khỏe và y tế." Để phù hợp với các chính sách được thiết kế nhằm bảo vệ những người bất hợp pháp phạm tội ở Hoa Kỳ, Biden ra lệnh Bộ An Ninh Nội Địa chỉ cung cấp định kỳ các tường trình về tội ác mà người nhập cư bất hợp pháp phạm phải. Do đó, công chúng nói chung không biết gì về mối đe dọa mà các chính sách mới này đặt ra. Theo Viện CATO Tự Do, năm 2017 có 106,432 người nhập cư bất hợp pháp bị giam trong tù vì những trọng tội mà họ phạm phải khi ở Hoa Kỳ. Vào tháng 9 năm 2015, phóng viên Malia Zimmer của Fox News tiết lộ rằng số liệu thống kê của chính phủ cho thấy những người nhập cư bất hợp pháp chỉ chiếm hơn 3% dân số Hoa Kỳ nhưng chiếm 13.6% tổng số người phạm tội bị kết án vì các tội ác phạm ở Hoa Kỳ, bao gồm 12% án giết người, 20% bản án bắt cóc và 16% bản án buôn bán ma túy. Theo Nhà Phân Tích Chính Trị Peter Gemma xác nhận là "75% những người trong danh sách tội phạm bị truy nã gắt gao nhất ở Los Angeles, Phoenix và Albuquerque là người nhập cư bất hợp pháp" và "một phần tư số tù nhân trong trại giam ở California là công dân Mexico, cũng như hơn 40% tổng số tù nhân ở Arizona và 48% trong các nhà tù ở New Mexico." Hơn nữa, 53 phần trăm của tất cả các vụ trộm cướp được điều tra và được phúc trình ở California, New Mexico, Nevada, Arizona và Texas là do người nhập cư bất hợp pháp gây ra.

Các nghiên cứu khác xác nhận những thống kê nghiệt ngã này. Một bản tường trình năm 2018 của Văn Phòng Trách Nhiệm Chính Phủ (GAO) tuyên bố rằng trong khi người nhập cư bất hợp pháp chiếm khoảng 3.3% dân số Hoa Kỳ, họ chiếm khoảng 21% tổng số tù nhân trong nhà tù liên bang. "Và bức tranh thực tế có thể tồi tệ hơn," Sharyl Atkisson viết trên tờ The Hill, "vì chính phủ nói rằng họ không có cách nào để được thông báo về tất cả những người nhập cư bất hợp pháp bị cầm tù. Vì vậy, thay vào đó, GAO căn cứ vào tập hợp con cái của họ mà cơ quan này biết được thông qua các định danh như số FBI. Nghiên cứu của GAO cho thấy từ năm 2011 đến 2016, có hơn 730,000 người nước ngoài trong các nhà tù liên bang hoặc tiểu bang và nhà tù địa phương, chiếm 4.9 triệu vụ bắt giữ về 7.5 triệu tội phạm. Các vụ phạm pháp của họ bao gồm hơn 1 triệu tội phạm ma túy, khoảng 500,000 vụ tấn công, 133,800 tội phạm tình dục, 24,200 vụ bắt cóc, 33,300 sự kiện liên quan đến giết người và 1,500 tội phạm liên quan đến khủng bố.

Tuy nhiên, chính quyền mới của ông Biden coi những điều này là không đáng kể, hoặc có thể dễ dàng che giấu với công chúng Hoa Kỳ.Việc không đưa tin về những sự thật ảnh hưởng đến người Mỹ bình thường bảo vệ chính quyền Biden khỏi sự phẫn nộ của công chúng, khi những lời chỉ trích theo thói quen được cho phép bởi các chính sách vô trách nhiệm của họ, cướp đi nhiều nạn nhân hơn trong số những công dân tuân thủ luật pháp và dễ bị tổn thương của Mỹ.

Vào ngày 20 tháng 1 năm 2021, ngày đầu tiên nhậm chức, Biden gửi cho Quốc Hội một dự luật nhập cư toàn diện – Dự Luật Quốc Tịch Hoa Kỳ năm 2021- đề nghị những tu chính lớn đối với hệ thống nhập cư của Mỹ, hệ thống hóa các chính sách cởi mở của ông ta và ân xá cho 14.5 triệu người cư trú bất hợp pháp trong nước. Dự Luật thậm chí còn khuyến khích những người nhập cư bất hợp pháp bị chính quyền Trump trục xuất nộp đơn xin lại quyền công dân. Đây là một lời bóng gió chống lại các viên chức của Trump- những người chấp thuận con số nhập cư hợp pháp hàng năm hơn một triệu người thuộc các quốc tịch và chủng tộc khác nhau- rằng là họ phân biệt chủng tộc, bài ngoại và thiên vị người nước ngoài.

Cố Vấn về chính sách nhập cư của Trump là Stephen Miller, lên án đề nghị của Biden và cuộc cách mạng về chính sách di trú mà nó thể hiện trong những điều khoản đáng sợ này: "Đây là dự luật nhập cư cấp tiến nhất từng được viết, từng được soạn thảo, từng được đệ trình trong lịch sử của đất nước này," ông nói thêm. Đó là lấy hơi thở, là một cuộc tấn công toàn diện vào chính ý tưởng về quốc gia. Nếu bạn đang cố gắng viết một dự luật để loại bỏ khái niệm có một quốc gia, thì đây là dự luật bạn sẽ viết."

Nhiều Hậu Quả

Thông qua các sắc lệnh nhập cư và khuyến khích người nhập cư bất hợp pháp, Joe Biden xóa sổ biên giới của nước Mỹ – cả theo nghĩa đen và trong tâm trí của hàng triệu người nghèo khó hoặc tội phạm ở Châu Mỹ La Tinh và trên toàn thế giới. Đó là một hành động thay đổi quốc gia được thực hiện theo cách phi Dân Chủ nhất, có thể thực hiện mà không có một cuộc tranh luận của Quốc Hội hoặc sự đồng thuận quốc gia về chính sách biên giới của nước Mỹ là gì. Cũng khó hiểu không kém, Biden làm tất cả những điều này mà không có bất kỳ kế hoạch nào về những gì chính quyền của ông sẽ làm để tránh cuộc khủng hoảng nhân đạo có thể dự đoán được mà sự gia tăng của các vụ vượt biên bất hợp pháp chắc chắn sẽ tạo ra.

Vào tháng 10 năm 2020, tháng cuối cùng trước cuộc bầu cử của Biden, số vụ bắt giữ người bất hợp pháp ở biên giới là khoảng 69,000. Vào tháng 2/2021, một tháng sau các chính sách mới của Biden, con số này tăng lên 100,441, ngay sau đó là một loạt các mức cao kỷ lục leo thang: 173,337 vào tháng 3; 178,854 trong tháng 4, 180,034 vào tháng 5, 188,829, vào tháng 6, và vào tháng 7 là 212,672. Đây là con số lớn nhất mà quốc gia này từng thấy trong bất kỳ tháng nào kể từ khi Bộ Nội An được thành lập vào năm 2002. Trong khi đó, trẻ vị thành niên không có người đi kèm cũng đáp lại lời mời vô trách nhiệm của Biden đến Hoa Kỳ. Họ làm như vậy với số lượng chưa từng có: 18,877 vào tháng 3, và hơn 19,000 vào tháng 7.

Số lượng người vượt biên bất hợp pháp hàng tháng đặc biệt đáng chú ý vì thực tế là các vụ bắt giữ tại biên giới trong quá khứ thường giảm trong mùa hè nóng bức. Ví dụ, tổng số vụ bắt giữ biên giới trong tháng 6 năm ngoái của Trump là 33,049, khoảng một phần sáu tổng số của Biden vào tháng 6 năm 2021. Các số liệu kỷ lục từ năm 2021 bao gồm trẻ vị thành niên, gia đình và cá nhân không có người đi kèm khiến Tuần Tra Biên Giới phải đầu hàng vì chính sách mới của Biden hứa hẹn cho họ thường trú nhân và quyền công dân cuối cùng và các lợi ích như phúc lợi và chăm sóc y tế miễn phí. Nhưng ngay cả những con số này cũng không bao gồm ước tính 30,000 cá nhân, bao gồm số lượng tội phạm, khủng bố, buôn bán tình dục và buôn bán ma túy – những người trốn tránh bị bắt tại đất nước của họ nhưng vào nước Mỹ mà không bị phát giác.

Trong khi những con số kỷ lục này đang chồng chất, và bất chấp thực tế là những người di cư bị dồn vào các trung tâm giam giữ không đầy đủ tiện nghi, nơi bệnh tật tràn lan và lạm dụng tình dục phụ nữ và trẻ em thường xuyên xảy ra, chính quyền Biden từ chối không xem đó là ưu tiên cấp bách. Điệp khúc của "Biệt Đội" chuyên la ó phàn nàn về sự ngược đãi trẻ em thời Trump vẫn giữ im lặng một cách khó hiểu. Và không giống như Trump, người đảo ngược chính sách "không khoan nhượng" trong vòng hai tháng, Tòa Bạch Ốc và Joe Biden tìm cách che giấu sự thật, bịt miệng những người chỉ trích và cho rằng những gì đang diễn ra thực sự không phải là một cuộc khủng hoảng mà là một "thách đố." Thay vì thực hiện các biện pháp để giảm bớt sự đau khổ, nhóm Biden ban hành lệnh cấm báo chí đi đến các cơ sở để chụp hình và điều tra, nhằm tiết lộ cho công chúng biết về mức độ tác hại do chính sách của Biden gây ra.

Nỗi Thống Khổ Của Trẻ Em

Sự thờ ơ với nhiệm vụ của chính phủ này đặc biệt

không thể chấp nhận được vì đảng Dân Chủ không mất thời gian trong việc miêu tả Trump như một con quái vật vô tâm vì bị buộc tội tách những đứa trẻ di dân lậu khỏi cha mẹ chúng. Tình hình khiến đảng Dân Chủ phẫn nộ là nỗ lực của Trump nhằm ngăn chặn dòng người bất hợp pháp bằng chính sách "không khoan nhượng" đối với bất kỳ ai nhập cảnh bất hợp pháp. Điều này có tác dụng phụ là tách trẻ em khỏi cha mẹ của chúng, vì chính sách của Hoa Kỳ là không giam giữ trẻ em khi cha mẹ chúng phạm tội.

Những nơi mà các đứa trẻ bị giam giữ được bao quanh bởi chuỗi hàng rào liên kết dầy đặc được xây dựng dưới thời chính quyền Obama. Trong nhiệm kỳ của Obama, không có khiếu nại nào từ đảng Dân Chủ về các cơ sở này. Nhưng với Trump trong Tòa Bạch Ốc, đảng Dân Chủ, dẫn đầu bởi những người cực đoan như Ocasio-Cortez, không có sự hối hận nào về việc gọi nơi đó là "cái chuồng" và so sánh nó với các trại tập trung của Đức Quốc Xã. "Hãy nói về những gì chúng ta đang nói" Biden phẫn nộ nói về chính sách không khoan nhượng của Trump đối với người lớn nhập cư bất hợp pháp trong các cuộc tranh luận bầu cử Tổng Thống. "Chuyện gì xảy ra? Cha mẹ bị cắt đứt – con cái của họ bị cắt đứt khỏi vòng tay của họ và tách rời, và bây giờ họ không thể tìm thấy hơn 500 cha mẹ và những đứa trẻ đó chỉ còn một mình. Không nơi nào để đi. Không nơi nào để đi. Đó là tội phạm. Đó là tội phạm."

Nói về Biden, Thượng Nghị Sĩ Bernie Sanders chỉ trích Trump: "Bạn không tách rời những đứa trẻ nhỏ ra khỏi vòng tay của mẹ chúng," mặc dù đây là chính sách tiêu chuẩn cho con cái có cha mẹ phạm tội, không ngoại lệ của tất cả các Tổng Thống, Dân Chủ và Cộng Hòa. Thượng Nghị Sĩ Elizabeth Warren bày tỏ sự ghê tởm của mình bằng cách thêm một mũi nhọn khác vào cuộc tấn công của bà: "Tổng Thống Trump dường như nghĩ rằng cách duy nhất để có các quy tắc nhập cư là tách những người ngang hàng khỏi gia đình của họ... và nhốt trẻ em vào chuồng."

Vấn đề về sự phẫn nộ của đảng Dân Chủ là những bức ảnh của những đứa trẻ bị nhốt trong chuồng được tung lên trang bìa của vô số tạp chí và được phát sóng hàng đêm trên các chương trình tin tức truyền hình, thực sự được chụp vào năm 2014 khi Obama vẫn còn là Tổng Thống. Nói cách khác, chính sách của Obama nhốt trẻ vị thành niên trong những trại tập trung của Đức Quốc Xã, cho dù cùng với cha mẹ của chúng, và chính Obama là người cung cấp các điều kiện cho việc giam giữ này.

Nhưng như thường lệ, những lời hùng biện chiếm ưu thế hơn thực tế, và sắc thái và tiếng kêu mà đảng Dân Chủ nêu ra quá lớn, và việc họ từ chối đàm phán một chính sách nhàm chán hợp lý quá kiên quyết, đến nỗi Trump quyết định chấm dứt chính sách chỉ hai tháng sau khi ông khởi xướng nó. "Tôi không thích cảnh tượng hay cảm giác gia đình bị chia cắt," và giải thích về sắc lệnh của ông Trump cũng yêu cầu Bộ Quốc Phòng phải xây dựng các cơ sở để chứa và chăm sóc cho các gia đình đoàn tụ.

Với sự thất vọng của họ, đảng Dân Chủ giành chiến thắng trong cuộc chiến giành quyền nhập cảnh cho người lớn vào nước này bất hợp pháp – miễn là họ đi cùng trẻ em. Nhưng ngay cả sau khi Trump mang lại chiến thắng cho đảng Dân Chủ, sự nhượng bộ của ông không ngăn cản họ tiếp tục chiến dịch hạ thủ đối phương, họ xuyên tạc và miêu tả Trump là một kẻ phát xít vui vẻ tách rời những đứa trẻ khỏi vòng tay của mẹ chúng. Trong số các sắc lệnh hành pháp ban đầu của Biden có một sắc lệnh thành lập "Lực Lượng Đặc Nhiệm Về Đoàn Tụ Gia Đình," nhằm giáng thêm một đòn vào Trump với lời buộc tội về sự tàn ác của ông. Theo lời của sắc lệnh: "Chính quyền của tôi lên án thảm kịch của con người xảy ra khi luật nhập cư của chúng ta được sử dụng để tách trẻ em khỏi cha mẹ hoặc người giám hộ hợp pháp trong gia đình, bao gồm cả việc sử dụng Chính Sách Không Khoan Nhượng."

Với sắc lệnh này, đảng Dân Chủ quay trở lại lập trường phớt lờ những đau khổ mà chính sách của họ gây ra và thực tế là các chính sách của họ thực sự khuyến khích trẻ vị thành niên không có người đi kèm tràn qua biên giới phía nam vào Hoa Kỳ. Để đưa ra một số bối cảnh: The Hill mô tả cuộc hành trình từ Trung Mỹ và Mễ Tây Cơ đến Hoa Kỳ, có thể dài tới 1,000 dặm, là "một trong những chuyến đi nguy hiểm nhất trên thế giới." Trong một tường trình ghi lại tình trạng của những người di cư dọc theo tuyến đường đó từ năm 2018 đến năm 2020, Tổ Chức Bác Sĩ Không Biên Giới lưu ý rằng trong số những người bất hợp pháp bị chính quyền biên giới thẩm vấn về trải nghiệm của họ dọc theo tuyến đường di cư, 57% cho biết rằng họ là nạn nhân của một số loại bạo lực.

Tuy nhiên, bất chấp điều này, Joe Biden và các thành viên trong chính quyền của ông quyết định đưa ra các tuyên bố và thực hiện các chính sách khuyến khích thay vì ngăn cản các bậc cha mẹ gửi con cái của họ đi một mình, hoặc bị giam giữ bởi những kẻ buôn người được trả tiền, trong hành trình nguy hiểm có thể đe dọa tính mạng này. Mặc dù tuyên bố của Biden rằng "không có người di cư nào dưới 18 tuổi sẽ bị từ chối ở biên giới" thoạt nghe có vẻ từ bi, nhưng hậu quả của sự thay đổi công khai này trong chính sách chính thức của Hoa Kỳ là hàng chục nghìn trẻ vị thành niên sẽ thực hiện hành trình nguy hiểm về phía bắc, những người có thể không làm như vậy nếu không có sự bảo đảm rõ ràng, từ Tổng Thống Hoa Kỳ, rằng họ có thể vào nước này bất kể tình trạng như thế nào.

Đúng là trong những tháng cuối nhiệm kỳ của Trump, số trẻ em không có người đi kèm được chăm sóc bởi Bộ Y Tế và Dịch Vụ Nhân Sinh tăng đều đặn mỗi tháng: 1,929 vào tháng 10; 2,397 trong tháng 11;

3,691 trong tháng 12 và 4,020 vào tháng 1. Nhưng một khi ông Biden nhậm chức và tuyên bố rằng sẽ không có đứa trẻ nào bị quay lại với biên giới Mỹ, những con số đó được dự đoán sẽ tăng mạnh. Đến tháng 2 năm 2021, chỉ một tháng sau khi sắc lệnh hành pháp của ông Biden có hiệu lực, số trẻ em không có người đi kèm bị Bộ Y Tế và Dịch Vụ Nhân Sinh giam giữ tăng hơn gấp đôi, lên 6,581 trẻ. Vào tháng 3, con số này tăng lên 20, 339. Con số này gần gấp tám lần con số trung bình dưới thời Trump. Và mặc dù giảm trong những tháng mùa hè (có thể là do số lượng người di cư nói chung giảm xuống trong cái nóng ngột ngạt, thường đe dọa tính mạng), con số này vẫn tiếp tục dao động trong khoảng từ 12,000 đến 16,000 mỗi tháng vào mùa thu năm 2021. Tuy nhiên, không có tiếng kêu đau khổ nào được nghe thấy từ Bernie Sanders, Elizabeth Warren và đảng Dân Chủ, những người rất kinh hoàng trước "chính sách không khoan nhượng" kéo dài hai tháng của Cựu Tổng Thống (Donald Trump không phải là Cựu Tổng Thống như truyền thông khuynh tả tuyên truyền, trên thực tế ông thắng cử vẻ vang năm 2020).

Thử thách mà trẻ em di cư phải chịu sau khi vượt qua biên giới và bị đưa vào các trung tâm giam giữ trở nên trầm trọng hơn do ảnh hưởng của các bệnh truyền nhiễm lây lan như cháy rừng trong các cơ sở giam giữ chật chội, quá đông đúc của chính quyền Biden- kết quả của việc mở cửa biên giới mà không có kế hoạch cho dòng người di cư không thể tránh khỏi. Một thí dụ điển hình về các cô gái tại một nơi trú ẩn tạm thời cho thanh thiếu niên di cư ở San Diego, gần 10% có kết quả xét nghiệm dương tính với Covid. Tương tự, 11% đến 14% trẻ em nhập cư tại một cơ sở ở Carrizo Springs, Texas có kết quả xét nghiệm dương tính. Vào tháng 5, Dịch Vụ Y Tế và Nhân Sinh tường trình hơn 3,000 trường hợp vi khuẩn corona trong số trẻ em di cư ở Texas.

Tuy nhiên, không ai quan tâm đến họ kể cả các phương tiện truyền thông của cánh tả đều im lặng. Đối với đảng Dân Chủ, việc mở cửa biên giới Hoa Kỳ là điều quan trọng- không phải là sự đau khổ mà nó gây ra cho những người chú ý nhiều đến lời mời của họ. Đương nhiên là việc "mở cửa biên giới" có nghĩa là nơi này hiện đang bị kiểm soát bởi các băng đảng ma túy Mễ Tây Cơ. Những đứa trẻ vị thành niên không được cha mẹ chăm sóc bị những kẻ buôn lậu, các băng đảng tàn ác chăn dắt, những kẻ đòi hỏi cha mẹ chúng phải trả tới 15,000 đô la cho mỗi chuyến đi – một nửa khi lên tàu và một nửa khi đến nơi. Không trả nửa sau (phần nợ còn lại) bị trừng phạt bằng những vụ hành quyết tàn bạo. Nỗi thống khổ của những người di cư trẻ tuổi được phản ảnh một cách xúc động trong video của một cậu bé Nicaragua 10 tuổi sợ hãi, khóc nức nở, được các nhân viên Tuần Tra Biên Giới tìm thấy và giải cứu sau khi bị một nhóm người di cư lớn hơn bỏ rơi ở Thung Lũng Rio Grande rộng lớn và hoang vắng.

Việc cha mẹ đưa con cái họ vào rủi ro và hiểm nguy như vậy dường như không thể giải thích được. Tuy nhiên, những rủi ro có vẻ đáng giá vì một khi con cái của họ vượt qua biên giới, các lệnh mới của Biden sẽ miễn cho họ khỏi bị tước quyền kiểm soát. Sau đó, "đoàn tụ gia đình" sẽ bảo đảm một thẻ thông hành miễn phí cho những người lớn kết nối với họ như là kết quả của một chính sách thường được gọi là "di cư dây chuyền," cho phép những người đi theo người nước ngoài bất hợp pháp, một khi người ấy có được chỗ đứng hợp pháp trên đất Hoa Kỳ.

Người hưởng lợi chính từ các chính sách biên giới của Biden là các băng đảng tội ác Mễ Tây Cơ, những băng đảng buôn lậu, buôn bán tình dục và buôn bán ma túy mang lại sự giàu có lớn hơn nhiều quốc gia. Theo một tính toán, hoạt động của các băng đảng mang lại khoảng 500 tỷ đô la hàng năm. Hơn nữa, cơn lũ buôn người sau cuộc bầu cử của Biden khiến doanh thu của cartel "tăng vọt, "Theo một bản tin của CBS News vào tháng 6/2021 "Chúng tôi thấy rằng các băng đảng đang khai thác dòng trẻ em không có người đi kèm cũng như dòng người lớn tội phạm và họ đang mang theo ma túy mạnh," Đặc Vụ Tuần Tra Biên Giới Hoa Kỳ Joel Freeland nói với phóng viên Janet Shamlin "Nhân lực Mỹ tập trung vào buôn người đang cho phép những kẻ buôn người vận chuyển một lượng ma túy đáng kinh ngạc."

Đến ngày 6 tháng 7 năm 2021, các nhân viên Quan

Thuế và Bảo Vệ Biên Giới thu giữ 8,507 pounds fentanyl kể từ đầu tài khóa 2011. Con số này cao hơn 78% so với 4,776 pounds mà họ thu giữ trong cả tài khóa 2020. Không thể phóng đại ý nghĩa sinh tử của những con số này. Fentanyl mạnh gấp 80 đến 100 lần morphine, có nghĩa là một pound fentanyl có khả năng giết chết hơn 226,000 người. Do đó, lượng fentanyl bị các nhân viên biên giới thu giữ từ tháng 1 đến tháng 4 năm 2021 sẽ đủ để giết chết gần 1,5 tỷ người- hoặc hơn bốn lần toàn bộ dân số Hoa Kỳ. Tiến Sĩ Darien Sutton, một bác sĩ có trụ sở tại Los Angeles và là cộng tác viên của ABC News, tóm tắt tác động tiềm năng: "Khi bạn nói về số tiền đó, có bao nhiêu cộng đồng và cá nhân sẽ bị ảnh hưởng và bao nhiêu cái chết liên quan đến nó, bạn thậm chí không thể hiểu nó chỉ vì nó không thể đo lường được." Như spectator.org lưu ý, "phần lớn fentanyl được đưa vào Hoa Kỳ không bị tịch thu và số lượng ngày càng tăng... đang đến tay người Mỹ." Vào năm 2020- trước đó các chính sách của Tổng Thống Biden khiến biên giới Hoa Kỳ trở nên nguy hiểm và không an toàn, số lượng tử vong do dùng thuốc quá liều lên tới khoảng 93,000. Khoảng 60 phần trăm trong số đó, tương đương 55,800, là do fentanyl, có nghĩa là, trung bình mỗi ngày ở Hoa Kỳ có hơn 150 người chết vì quá liều fentanyl.

Nhập Cảng Vi Trùng

Giữa những con số đáng kinh ngạc này, Tòa Bạch Ốc từ chối hoàn thành bức tường mà Trump bắt đầu, điều này sẽ ngăn chặn dòng thác của trẻ em và người lớn bị cartel theo đuổi ở biên giới. Sự từ chối của họ là chủ động, không phải thụ động. Vào ngày 11 tháng 6 năm 2021, Associated Press đưa tin: "Biden có kế hoạch trả lại hơn 2 tỷ đô la mà chính quyền Trump chuyển từ Ngũ Giác Đài để giúp chi trả cho bức tường và sử dụng các khoản tiền khác do Quốc Hội chiếm đoạt để giải quyết 'các vấn đề khẩn cấp về cuộc sống, an toàn và môi trường' do việc xây dựng tạo ra. [Kế hoạch của Tổng Thống] cũng yêu cầu các nhà lập pháp không cung cấp thêm bất kỳ khoản tài trợ nào cho những gì mà đội ngũ của Joe Biden tin là một nỗ lực không cần thiết." Theo nhóm của Biden, bức tường là vấn đề chứ không phải là hậu quả thảm khốc của việc không hoàn thành nó.

Tuy nhiên, bất chấp những nỗ lực liên tục của Tòa Bạch Ốc, mà Biden nhằm che giấu những gì đang xảy ra ở biên giới, các tường trình bắt đầu lan truyền khi các thành viên của Quốc Hội khởi sự đến thăm các cơ sở giam giữ và tận mắt chứng kiến những điều kiện tồi tệ. Kết quả là, hai tháng sau khi nhậm chức, ông Biden bổ nhiệm Phó Tổng Thống Kamala Harris phụ trách giải quyết cuộc khủng hoảng biên giới. Tuy nhiên, trong những tháng tiếp theo, Harris không làm gì cả. Trên thực tế, việc bà ta thậm chí không đến thăm biên giới trở thành một trò đùa quốc gia, bị chế giễu trong hàng loạt video trên YouTube.

Cuối cùng, vào ngày 25 tháng 6, sau khi Donald Trump tuyên bố rằng nếu Harris không đến thăm biên giới, thì ông sẽ đến, bà ta buộc phải miễn cưỡng thực hiện một chuyến đi chiếu lệ. Thậm chí sau đó, Harris chọn đến thăm một Trung Tâm Quản Trị được bảo đảm an toàn ở El Paso giáp biên giới với New Mexico, thay vì một nơi mà việc vượt biên bất hợp pháp hoàn toàn nằm ngoài tầm kiểm soát như McAllen, Texas, cách trung tâm mà Harris đến thăm 769 dặm. Trên thực tế, Harris chưa bao giờ đến biên giới thực sự. Thay vào đó, bà ta giảng giải không ngừng cho đất nước về điều mà bà ta gọi là "nguyên nhân gốc rễ" của khủng hoảng biên giới – những xã hội tham nhũng và nghèo nàn mà những người di cư rời đi, vốn nghèo nàn và tham nhũng trong 100 năm qua.

Trong khi bà Phó Tổng Thống Kamala Harris biến sự lơ là nhiệm vụ thành một loại hình nghệ thuật, chính quyền Biden tiếp tục cấm tiếp xúc với bất kỳ trung tâm cai nghiện bệnh tật hỗn loạn nào của nó. Trong nhiều tuần, các cơ quan liên bang từ chối hoặc phớt lờ hàng chục yêu cầu cho các phương tiện truyền thông phổ biến tin tức để truy cập vào các trang web đó. Và ngay cả khi chính quyền cuối cùng cho phép các phóng viên vào một cơ sở ở biên giới Texas lần đầu tiên vào ngày 24 tháng 3, nhưng vẫn tiếp tục ngăn họ đến bất cứ các cơ sở nào vượt quá khả năng chăm sóc để thấy rõ sự đau khổ mà các chính sách hiện tại đang gây ra.

Trong khi họ vẫn tiếp tục phản đối bất kỳ biện pháp an ninh biên giới và ý nghĩa của sự kiện, chứ đừng nói đến một bức tường biên giới, đội ngũ Biden bộc lộ sự nhẫn tâm đối với sự đau khổ của con người một cach khó hiểu, rõ ràng là không phù hợp với người Mỹ. Nó không làm nổi bật sự đạo đức giả rõ ràng của đảng Dân Chủ, những người phóng đại cuộc khủng hoảng kéo dài hai tháng do "chính sách không khoan nhượng" của Trump gây ra, mà sau đó ông hủy bỏ. Quan trọng hơn, nó cho thấy các chính sách biên giới của Biden và đảng Dân Chủ hoàn toàn được thúc đẩy bởi cả sự thù hận chống Trump và mong muốn kéo dài hàng thập niên, nhằm thay đổi nhân khẩu của dân số bỏ phiếu thay vì đưa ra bất kỳ giải pháp thiết thực nào cho vấn đề biên giới.

Làm thế nào Tổng Thống này (Biden) có thể cho nổ tung biên giới phía nam khi đối mặt với một đại dịch toàn cầu đang bước vào một giai đoạn mới do hậu quả của các biến thể và đột biến mới? Trong chiến dịch tranh cử và trong nhiệm kỳ Tổng Thống của mình, Biden tái khẳng định mình là vị cứu tinh của quốc gia khỏi đại dịch vi khuẩn corona. Trong các cuộc tranh luận Tổng Thống, ông buộc tội Trump giết chết mọi nạn nhân của vi khuẩn thông qua sự bất tài, không hành động và ác ý tuyệt đối. Nhưng khi nhậm chức, Biden ghi nhận Chiến Dịch Warp

Speed, sáng kiến lập kỷ lục của Trump nhằm sản xuất hàng loạt thuốc chủng Covid, một hành động của Liên Bang duy nhất có thể nhận dạng được, và có thể nói là xoay chuyển tình thế của đại dịch.

Vào ngày nhậm chức, 20-1 năm 2021, với một trong những sắc lệnh hành pháp đầu tiên của mình, Joe Biden bắt đầu gỡ bỏ biên giới phía nam của Mỹ mà không để ý đến hậu quả. Việc ông đột ngột hủy bỏ các biện pháp an ninh biên giới của Trump tạo ra một tình trạng trong đó ước tính khoảng 1.7 triệu người di cư bất hợp pháp chưa được kiểm tra có thể vào Hoa Kỳ trong 7 tháng đầu của năm 2021.

Như đài NBC News đưa tin, việc xét nghiệm một số người di cư bất hợp pháp bị bắt giữ ở biên giới cho thấy 18% gia đình di cư – và lên đến 20% trẻ em di cư không có người đi kèm -có kết quả xét nghiệm dương tính với COVID khi rời khỏi nơi giam giữ của Tuần Tra Biên Giới. Tuy nhiên, thực tế là nhiều hơn nếu không muốn nói là hầu hết những người di cư bất hợp pháp bị bắt ở Hoa Kỳ thậm chí không được xét nghiệm, hầu như xét nghiệm dành cho những ai có triệu chứng. Những người di cư được thả tại các trạm xe buýt bởi các nhân viên Tuần Tra Biên Giới "có thể không được xét nghiệm trước khi họ đến các thành phố khác," bộ phận kiểm tra thực tế của Newsweek thừa nhận. "Không có hệ thống nào để theo dõi xem liệu các di dân có được xét nghiệm COVID-19 sau khi họ rời khỏi nơi giam giữ của DHS hay không." Do đó, trong khi công dân Hoa Kỳ phải xuất trình bằng chứng về xét nghiệm PCR âm tính trong vòng một đến ba ngày qua trước khi được phép trở vào đất nước của họ, thì những người di cư bất hợp pháp được nhập cảnh theo quy định của chính quyền Biden, thường là không phải xét nghiệm.

Tất nhiên, đảng Dân Chủ nhanh chóng tuyên bố rằng, thậm chí đề cập đến thực tế này là phân biệt chủng tộc, bởi vì một thế kỷ trước, các chính trị gia Mỹ theo chủ nghĩa bản địa tuyên bố rằng những người nhập cư nghèo, như người Ý và người Ái Nhĩ Lan là những người mang mầm bệnh tiềm năng.

Hơn thế nữa, chính quyền Biden cố gắng miễn xét nghiệm Covid và các hạn chế khác đối với người nhập cư bất hợp pháp, giúp họ biến mất mà không quan tâm đến sức khỏe và sự an toàn của những người Mỹ mà họ gặp phải. Nói cách khác, ngoài tin tức sai lệch ban đầu của Trung Cộng về vi khuẩn và bản chất chết người của nó, các sắc lệnh hành pháp của Biden là những hành động liều lĩnh, vô trách nhiệm và chết người nhất được thực hiện trong quá trình đại dịch kết thúc 700,000 sinh mạng của người Mỹ.

Thay Thế Dân Số

Đến giữa năm 2021, rõ ràng chính quyền Biden quyết tâm giữ cho biên giới phía nam mở toang bất chấp những hậu quả thảm khốc và đau khổ mà nó gây ra cho con người. Chính Joe Biden và nội các của ông tập trung năng lượng của họ vào hình thức bề ngoài, hướng sự chú ý của họ ra khỏi điều chướng mắt đó là biên giới, và đi vào chương trình nghị sự của họ về thay đổi nhân sự bỏ phiếu của quốc gia.

Để thực hiện điều này, ông Biden huy động quân đội Mỹ, sử dụng căn cứ Không Quân Laughlin ở Texas làm điểm khởi động cho kế hoạch của chính quyền nhằm bí mật vận chuyển những người di cư bất hợp pháp chưa được kiểm tra đến các địa điểm trên khắp nước Mỹ. Câu chuyện này lần đầu tiên được đưa ra ánh sáng vào tháng 7 năm 2021, khi một người tố giác tiết lộ với người dẫn chương trình Tucker Carlson của Fox News rằng Trung Tá Matthew Burrows, người đóng quân tại Laughlin, gần đây gửi cho cấp dưới của mình một email tiết lộ mức độ của hoạt động vận chuyển bí mật. "Trong vài ngày, vài tuần hoặc vài tháng tới [...] bạn có thể thấy máy bay chở khách trên đoạn đường nối của chúng tôi vận chuyển những người không phải là công dân có giấy tờ," email của Burrows cho biết. "Đừng chụp ảnh và hạn chế đăng bất cứ điều gì lên mạng xã hội." Trung Tá Lục Quân Chris Mitchell, phát ngôn viên của Bộ Quốc Phòng, sau đó xác nhận rằng các chuyến bay như vậy thực sự xảy ra như một phần của sáng kiến "phong trào phi công dân."

Nổi bật là trong số các điểm đến của người di cư là các tiểu bang mà đảng Dân Chủ đang nhắm mục tiêu trong các chiến dịch bầu cử của họ như Florida, Michigan, North Carolina, Georgia, Kentucky và Texas. Trong tường trình của mình, Carlson lưu ý điều đáng ghê tởm: Chính Quyền Biden sử dụng Quân Đội Mỹ không phải để bảo vệ đất nước chống lại kẻ thù nước ngoài mà để hỗ trợ nhiệm vụ "thay đổi bản đồ cử tri" và ban hành "chuyển đổi nhân khẩu ở đất nước chúng ta, mà không có sự đồng ý của chúng tôi và vi phạm luật pháp của chúng tôi."

Cựu Cố Vấn Tòa Bạch Ốc của Trump là Stephen Miller, nói theo cách này: "Những gì đang xảy ra bây giờ là chưa từng có. Đây không phải là về một chính quyền không thể bảo vệ biên giới. Đây là về một chính quyền theo một mục đích, có kế hoạch, có chủ ý, biến các cơ quan Tuần Tra Biên Giới và ICE của chúng ta thành các cơ quan tái định cư. Đây là một kế hoạch tái định cư đầy mưu mô." Đằng sau việc tái định cư hàng loạt này là một số sự kiện chính trị không thể chối cãi. Khoảng 70 phần trăm cử tri gốc Hispanic ở Hoa Kỳ ngày nay bỏ phiếu cho đảng Dân Chủ. Điều này phù hợp với kết quả nghiên cứu của Trung Tâm Nghiên Cứu Pew, rằng 75 phần trăm người gốc Mỹ Châu La Tinh ở Mỹ thích một chính phủ liên bang lớn hơn cung cấp nhiều dịch vụ do người đóng thuế tài trợ hơn – một vị trí điển hình của đảng Dân Chủ, so với chỉ 41 phần trăm tổng dân số Hoa Kỳ.

Như tờ Washington Times tóm tắt: "Với sự ủng hộ

ngày càng giảm từ người Mỹ da trắng và lớn tuổi, đảng Dân Chủ kết luận rằng tương lai của họ nằm ở việc nhập cư một số cử tri mới từ biên giới phía Nam." Chương trình nghị sự này được xác nhận bởi nhiều bình luận và nỗ lực không mong muốn của đảng Dân Chủ nhằm xóa nhòa sự khác biệt giữa công dân và người không phải là công dân bằng cách cung cấp phúc lợi và các lợi ích khác cho bất kỳ ai trong biên giới Hoa Kỳ và bỏ đi điều kiện trở thành công dân hợp pháp mới có quyền bầu cử. Quan điểm cho rằng đảng Dân Chủ và những người ủng hộ họ trong chính phủ từ lâu tìm cách thay đổi cấu trúc dân số của Hoa Kỳ là một thực tế công khai ở Hoa Thịnh Đốn trong nhiều thập niên. Đó là một bí mật mà chính đảng Dân Chủ thảo luận công khai với nhau, cũng như ăn mừng sự suy giảm nhanh chóng của dân số Hoa Kỳ Bản Địa và chê bai là phân biệt chủng tộc bất cứ khi nào đảng Cộng Hòa và những người khác chú ý đến vấn đề này.

Quyền lực chính trị đó, chứ không phải một số cam kết cao độ đối với sự đa dạng như một nguyên tắc chính trị, đang thúc đẩy đảng Dân Chủ thực hiện việc chuyển đổi nhân khẩu được nhấn mạnh vào tháng 7/2021. Trong tháng đó, các cuộc thí nghiệm ủng hộ hàng loạt nổ ra chống lại chế độ độc tài cộng sản 62 năm ở Cuba. Năm tháng trước đó, Tổng Trưởng Bộ Nội An Alejandro Mayorkas bảo đảm với những người trẻ tuổi ở Mễ Tây Cơ và Trung Mỹ rằng những người Mỹ mới sẽ chào đón họ nếu họ vượt qua biên giới bất hợp pháp: "Chúng tôi hiểu rõ rằng vì tuyệt vọng, một số... Cha mẹ yêu thương có thể gửi con cái của họ đi qua Mexico một mình để đến biên giới phía nam- là biên giới phía nam của chúng ta. Tôi hy vọng họ không thực hiện cuộc hành trình nguy hiểm đó. Nhưng nếu họ làm vậy, chúng tôi sẽ không trục xuất đứa trẻ đó. Chúng tôi sẽ chăm sóc đứa trẻ đó và kết hợp đứa trẻ đó với một phụ huynh có trách nhiệm. Đó là con người của chúng tôi với tư cách là một quốc gia và chúng tôi có thể làm điều đó."

Người Cuba thì không được như vậy. Trong một cuộc họp báo ngày 13/7/2021 tại Trụ Sở Lực Lượng Bảo Vệ Bờ Biển Hoa Kỳ, Mayorkas đóng sầm cánh cửa đối với những người tị nạn Cuba bằng những từ ngữ không chắc chắn: "Không bao giờ là thời điểm thích hợp để cố gắng di chuyển bằng đường biển. Đối với những người mạo hiểm mạng sống của họ làm như vậy, rủi ro này không đáng để chấp nhận. Cho phép tôi nói rõ: Nếu bạn ra biển, bạn sẽ không đến Hoa Kỳ."

Tại sao sự thay đổi giọng điệu, đặc biệt là kể từ vụ kiện của đảng Dân Chủ chống lại Trump, cho nước Mỹ là một "quốc gia của những người nhập cư" và là nơi trú ẩn cho những người nhập cư tìm kiếm nơi ẩn náu? Có lẽ vì người Cuba ở Hoa Kỳ có lịch sử ủng hộ đảng Cộng Hòa, trong khi người Mỹ gốc Hispanic từ Mexico, Puerto Rico, Guatemala và các quốc gia Trung Mỹ khác bỏ phiếu với đa số 70% cho đảng Dân

Chủ. Sự cảm thông duy nhất mà đảng Dân Chủ thể hiện đối với người Cuba là hướng tới chế độ áp bức phá sản đất nước và biến nó thành một nhà tù trên đảo. Ông Biden mất cả tuần để xác định lập trường thù địch đối với một chế độ tàn bạo và người dân đang kêu gọi tự do.

Năm 1970, dân số ở tiểu bang California với 90% là người da trắng không phải gốc Châu Mỹ La Tinh, theo Cục Điều Tra Dân Số Hoa Kỳ. Đó là California của Beach Boys và các công ty khởi nghiệp kỹ nghệ, của American Graffiti và Jonas Salk. Vào thời điểm đó, California dẫn đầu Hoa Kỳ về giáo dục, sản lượng kinh tế, đổi mới và bỏ phiếu liên tục cho đảng Cộng Hòa. Trên thực tế, đảng Cộng Hòa giành chiến thắng trong hầu hết các cuộc bầu cử Tổng Thống từ năm 1952 đến năm 1988. Cả Ronald Reagan và Richard Nixon đều là chính trị gia California.

Tuy nhiên, sau năm mươi năm nhập cư hợp pháp và bất hợp pháp, chủ yếu từ Mễ Tây Cơ, dân số California hoàn toàn biến đổi. Bây giờ nó là thiên đường đa văn hóa mà đảng Dân Chủ mưu tính từ lâu để đạt được: 39 phần trăm Latino, 36 phần trăm không phải gốc Tây Ban Nha da trắng, 15 phần trăm Châu Á và 6 phần trăm Da Đen (giảm từ năm 1970).

Kế hoạch của đảng Dân Chủ có hiệu quả: Bởi vì hầu hết dân La Tinh và dân Châu Á bỏ phiếu cho đảng Dân Chủ, California hiện là một tiểu bang độc đảng, trong đó đảng Dân Chủ kiểm soát tất cả các văn phòng hành pháp của tiểu bang. Đảng Dân Chủ khuynh loát tiểu bang bằng cách thay thế dân số da trắng không phải gốc Tây Ban Nha bằng những cử tri ủng hộ các chính sách của họ nhiều hơn.

Không phải là chuyện ngẫu nhiên, California hiện đang dẫn đầu nước Mỹ không phải về đổi mới mà là rối loạn biến thể: cùng với dân số nhập cư lớn nhất của đất nước, nó hiện có tỷ lệ nghèo đói cao nhất trong cả nước, trên Mississippi và West Virginia. Liên Hiệp Quốc so sánh các lều trại ở đường phố San Francisco với các khu ổ chuột ở New Delhi và Mexico City. Tiểu Bang Vàng một thời hiện có số lượng người vô gia cư kinh niên lớn nhất ở Mỹ và hiện là nơi sinh sống của một phần ba số người trên toàn quốc đang hưởng phúc lợi. Từng là niềm tự hào của quốc gia về các trường học và đại học, tuy nhiên California hiện đang giữ vị trí là tiểu bang có trình độ học vấn thấp nhất ở Mỹ với số học sinh bỏ học Trung Học cao nhất.

Vào năm 2019, California xếp hạng thấp thứ ba mươi tám trong số tất cả các tiểu bang về trình độ Toán Học Lớp Bốn và thứ ba mươi sáu về Toán Học Lớp Tám, được đo lường bằng các kỳ thi của cơ quan Nhận Định Tiến Bộ Giáo Dục Quốc Gia (NAEP). Tương tự, bài kiểm tra Khoa Học California, do Bộ Giáo Dục California phát giác ra để đo lường sự tiến bộ học tập của học sinh, nhận thấy rằng, trên toàn tiểu bang, chỉ có 32 phần trăm học sinh Lớp Năm,

31 phần trăm học sinh Lớp Tám, và 28 phần trăm học sinh Trung Học đáp ứng hoặc vượt qua các tiêu chuẩn được thiết lập về khả năng so sánh Khoa Học. Cũng trong những năm gần đây, tội phạm bạo lực trong tiểu bang tăng vọt khi các chính trị gia Dân Chủ thúc đẩy việc hạ bệ cảnh sát, công khai khuyến khích bạo loạn Antifa và BLM (Black Lives Matter), và dọn sạch các nhà tù tiểu bang với hàng chục ngàn tội phạm bị kết án được phóng thích.

Năm 1970, dân số California là 19.95 triệu người. Năm 2019, năm gần đây nhất có số liệu thống kê toàn diện, dân số của tiểu bang là 39.5 triệu người, tức là tăng 100% trong nửa thế kỷ.

Trong khi dân số tăng gấp đôi vì dòng người nhập cư bất hợp pháp khổng lồ, tội phạm bạo lực ở California tăng nhanh hơn nhiều. Năm 2019, tổng số tội phạm bạo lực xảy ra trên toàn tiểu bang cao hơn 364% so với năm 1970. Các mức tăng đột biến tương ứng về mức độ phạm tội cụ thể như sau: 174% về tội giết người, 418% về tội cưỡng hiếp, 242% về tội cướp tài sản và 462% về hành vi tấn công nghiêm trọng.

Bây giờ, sau nửa thế kỷ tăng trưởng bùng nổ, dân số California bắt đầu giảm. Ít nhất một phần vì gánh nặng thuế quá mức của California, cư dân bắt đầu lũ lượt rời khỏi tiểu bang. Vào năm 2020, dân số California giảm khoảng 70,000 người – sau khi tăng trong mỗi năm trước đó, không vượt quá, kể từ năm 1900.

Các Tập Đoàn Kinh Tế và Sản Xuất cũng vậy, chạy trốn khỏi tiểu bang để tìm kiếm những nơi có không khi kinh doanh hiếu khách hơn. Theo Trung Tâm Chính Sách California, ít nhất năm mươi tập đoàn lớn rời California từ năm 2014 đến đầu năm 2021 với hầu hết trong số họ ra đi vào năm 2019 và 2020. Nhiều công ty trong số này, như Oracle, chuyển đến Texas do đảng Cộng Hòa quản trị, nơi các chính sách thuế và quy định thuận lợi hơn nhiều cho các doanh nghiệp. Một số ví dụ: First Foundation Bank chuyển Công Ty Mẹ đến Dallas; Oracle, Hewlett Packard Enterprise, Tesla, QuestionPro và ZP Better đều chuyển đến Austin, cũng như Trung Tâm Dữ Liệu khổng lồ của Digital Realty Trust. Apple cũng công bố việc xây dựng một khuôn viên mới ở Austin. Amazing Magnets chuyển trụ sở chính đến Round Rock, ngoại ô Austin. Và SignEasy, Charles Schwab và Tập Đoàn CBRE trị giá 23 tỷ đô la chuyển đến Dallas.

Văn Hóa rất quan trọng. Trong sự nhiệt tình của họ để tái tạo thế giới, đảng Dân Chủ bỏ qua hậu quả hành động của họ và những bi kịch của con người mà họ gây ra. Mở cửa biên giới là một ý tưởng tồi tệ và hậu quả khôn lường. Trong sự nhiệt tình của họ để giành được quyền lực chính trị, đảng Dân Chủ làm suy yếu nghiêm trọng các xã hội mà họ quản trị và cuộc sống mà họ chăm sóc.

CHƯƠNG 5

Tái Tạo Luật Lệ

Kể từ khi Barack Obama là người da đen đầu tiên trong lịch sử Hoa Kỳ được bầu làm tổng thống, hầu hết người Mỹ đều thở phào nhẹ nhõm lầm tưởng họ đã vượt qua thời kỳ phân biệt chủng tộc, vết thương cuối cùng lớn nhất trong tâm hồn người Mỹ được chữa lành. Obama được một gia đình Marxist da trắng nuôi dưỡng trong khi người cha ruột da đen đã bỏ rơi ông. Obama giành được ghế tổng thống nhờ 43% phiếu bầu từ người da trắng, một tỷ lệ lớn nhất so với bất kỳ ứng cử viên tổng thống nào của đảng Dân Chủ trong cuộc chạy đua vào Toà Bạch ốc kể từ Jimmy Carter năm 1976. Qua đó, Obama tự xem là người lãnh đạo của cả quốc gia không phân biệt sắc tộc, chủng tộc hay thậm chí khuynh hướng chính trị. Obama có câu nói nổi tiếng:

"Chúng ta chưa bao giờ là tập hợp của các tiểu bang đỏ (cộng hoà) và xanh (dân chủ), chúng ta đang và sẽ luôn là Hoa Kỳ." Một câu nói phổ biến nhưng thật ra bịp bợm mà Joe Biden sẽ diễn giải khi ông tranh cử tổng thống.

Có lẽ không người Mỹ nào vào thời điểm đó có thể nghi ngờ, thay vì bước vào kỷ nguyên mà sự phân biệt chủng tộc không còn quan trọng nữa, trái lại họ đang bước vào thời kỳ mà căng thẳng và hận thù giữa các chủng tộc đạt đến mức độ chưa từng thấy kể từ khi Đạo luật Dân Quyền năm 1964 được ban hành. Ít ai có thể tưởng tượng được một kịch bản trong đó người Mỹ da trắng sẽ thay thế người da đen trở thành mục tiêu của những cố chấp vô tâm vì màu da của họ và phải chịu đối xử đầy thù hận chủng tộc công khai chưa từng thấy kể từ thời Ku Klux Klan.

Nhưng không giống như kẻ phân biệt chủng tộc Ku Klux Klan, những kẻ căm ghét người da trắng thâm độc này không đại diện cho các cộng đồng xa xôi. Trái lại, họ lên tiếng từ các phòng biên tập của Tạp chí New York Times, Washington Post, Atlantic, họ là giới khoa bảng của các trường đại học cũng như tinh hoa của nước Mỹ. Hàng chục khóa học tại các trường đại học hàng đầu của Hoa Kỳ được tổ chức theo hướng nghiên cứu về người da trắng, tập trung vào việc dẫn dắt dư luận cho văn hóa, thói quen và thậm chí cả những đặc điểm tính cách của những người gốc Châu Âu ở Mỹ vốn xấu xa và cần phải "xóa bỏ." Một sinh viên tốt nghiệp Harvard ra mắt một tạp chí năm 1992 đã tóm tắt trong khẩu hiệu về một tín ngưỡng mới liên quan đến người da trắng: "chống lại người da trắng là trung thành với nhân loại."

Chủ Nghĩa Cấp Tiến Cũ Và Mới

Chính những thuật ngữ như "quyền lực tối cao của người da trắng" và "đặc quyền của người da trắng" mà cánh tả hiện đang dùng, đã được đưa vào ngôn ngữ diễn đạt chính trị của nhóm khủng bố có tên Weather Underground, những kẻ đã cho nổ các đồn cảnh sát và đặt bom tại Ngũ Giác Đài vào những năm 1970. Giống như hình ảnh phản chiếu điên loạn của nhân vật tà giáo Charles Manson, nhóm Weather Underground tự xem họ là lực lượng tiên phong của cuộc chiến chủng tộc toàn cầu đang diễn ra giữa người da trắng chuyên áp bức và người da đen đấu tranh cho tự do. Họ chọn vai trò đối trọng với người da trắng bằng cách tấn công nước Mỹ từ bên trong. Để phục vụ cho mục đích này, họ đã tiếp tay cho "vị thánh quan thầy" của Black Lives Matter là Assata Shakur, kẻ bị kết án tù vì mưu sát cảnh sát. Họ tạo điều kiện cho cô trốn sang nước độc tài, cộng sản Cuba, vốn là quê hương tư tưởng của họ.

Trong một vụ khét tiếng năm 1981, các thành viên của Tổ chức Giải phóng Người da đen (Black

Liberation Organization), cùng với các cựu binh của Weather Underground, những người đã gia nhập lực lượng của "Tổ chức Cộng sản 19 tháng 5," cướp một xe bọc thép của công ty Brink ở Nanuet, New York, giết chết một nhân viên bảo vệ và hai cảnh sát từ thành phố Nyack gần đó. Một trong hai cảnh sát là người da đen đầu tiên vừa gia nhập lực lượng cảnh sát Nyack. Vụ giết người làm 9 đứa trẻ thành mồ côi.

Trong số người bị kết tội có cựu thành viên cấp tiến Kathy Boudin và chồng là David Gilbert. Nhờ một số ký giả của tờ New York Times tiếp tay, họ đã thêu dệt những câu chuyện tốt đẹp về việc cô trở thành người lương thiện trong tù, nơi cô viết một bài báo cho Tạp chí Giáo dục của Harvard, nhờ thế Boudin được trả tự do năm 2003. Không có dấu hiệu nào cho thấy cô ta từ bỏ mọi quan điểm cấp tiến. Khi Boudin còn trong tù, cô đã trao con trai tên Chesa cho những kẻ khủng bố của tổ chức Weather Underground là Bernardine Dohrn và Bill Ayers, nuôi dưỡng. Mặc dù vợ chồng Ayers thú nhận đã tham gia vào các vụ phá hoại trụ sở Cảnh sát Thành phố New York, tòa nhà Quốc Hội Hoa Kỳ, và Ngũ Giác Đài, anh ta và Dohrn bị truy tố về tội âm mưu đánh bom đồn cảnh sát và phá hoại tài sản chính phủ. Những cáo buộc nhắm vào họ cuối cùng bị hủy bỏ do FBI làm sai thủ tục truy tố trong quá trình điều tra. Dohrn sau đó chỉ bị phạt 1.500 Mỹ Kim với ba năm quản chế cho các hoạt động khủng bố của hắn.

Năm 2019, do George Soros hỗ trợ tài chánh, Chesa Boudin trở thành biện lý của quận San Francisco. Anh ta có khuynh hướng hoạt động theo đúng lý thuyết của cha mẹ ruột lẫn cha mẹ nuôi. Cùng quan điểm với nhiều dân cử trong chính quyền thành phố thuộc đảng Dân Chủ từ Minneapolis đến Portland, Boudin xem các tội của người da đen là do áp bức và thường từ chối truy tố họ. Giống như nhiều thành phố có công tố viên được Soros hậu thuẫn – Philadelphia và St. Louis là hai trong số những thành phố khét tiếng nhất – chính sách ủng hộ tội phạm của Boudin dẫn đến làn sóng tội phạm.

Cha nuôi của Boudin, Bill Ayers, một thành viên không chịu hối cải của Weather Underground, đã trở thành giáo sư có nhiều ảnh hưởng tại Đại học Illinois. Chính Ayers là đồng minh chính trị của Barack Obama trong thời gian Obama nắm quyền.

Từ lúc Obama tái đắc cử năm 2012, ông chủ động trở thành người thúc đẩy chủ nghĩa phân biệt chủng tộc mới chống người da trắng trong đảng Dân Chủ. Khước từ quan điểm đoàn kết nước Mỹ do chính Obama hứa trước đây, ông tuyên bố: "Di sản của chế độ nô lệ, Jim Crow, sự phân biệt đối xử có mặt trong mọi tổ chức của cuộc sống chúng ta: Bạn biết đấy, điều đó đã tạo ra một ám ảnh lâu dài và trở thành một phần nhiễm sắc thể (DNA) được di truyền của chúng ta. Chúng ta không thể chữa khỏi bệnh này." Nói cách khác, Obama đã mở ra nền chính trị mới với Lý thuyết Chủng tộc Phê phán: Nước Mỹ được tuyên xưng là một quốc gia lưỡng cực gồm hai màu da, người da trắng thống trị và những nạn nhân da đen, và chủ nghĩa phân biệt chủng tộc của nó đã ăn sâu và rất "có hệ thống." Đó là đặc điểm cố hữu của đời sống Mỹ.

Chắp cánh cho những tuyên bố đó, Obama biến Al Sharpton thành một trong những tay mị dân chủng tộc nổi tiếng nhất nước Mỹ, Al thành mũi nhọn cho phong trào đòi quyền công dân của Obama. Kẻ đã xúi giục đốt một cửa hàng ở Harlem vì nó thuộc sở hữu của một "kẻ xâm nhập người da trắng" – cửa hàng đó trong thực tế do một người Do Thái làm chủ. Kẻ đốt phá là người ủng hộ Mạng lưới Hành động Quốc gia của Sharpton, và việc làm của tay này đã làm thiệt mạng 8 người da màu có mặt trong cửa hàng lúc xảy ra vụ hoả hoạn, trong đó có cả chính anh ta. Tại lễ tưởng niệm cho George Floyd, gia đình Floyd đã mời Sharpton đọc điếu văn. Trong điếu văn, Sharpton công khai nói về nạn kỳ thị chủng tộc. Hắn nói người da đen không đạt được ước mơ của họ vì "đầu gối" của người da trắng đè nặng trên cổ họ trong suốt 401 năm qua:

"Câu chuyện của George Floyd là câu chuyện của những người da đen. Bởi vì từ 401 năm trước, lý do chúng tôi không bao giờ có thể trở thành người mà chúng tôi mong muốn hay mơ ước là vì các anh đã đè đầu gối lên cổ chúng tôi. Chúng tôi thông minh hơn những ngôi trường thiếu thốn mà bạn buộc chúng tôi học, nhưng các anh đã đè đầu gối lên cổ chúng tôi. Chúng tôi phải là người điều hành các tập đoàn và không phải kiếm ăn vất vả trên hè phố, nhưng bạn đã đè đầu gối lên cổ chúng tôi. Chúng tôi có kỹ năng sáng tạo, chúng tôi có thể làm bất cứ điều gì mà người khác có thể làm, nhưng chúng tôi không thể đẩy đầu gối các anh ra khỏi cổ. Những gì đã xảy ra với Floyd đang xảy ra hàng ngày trên đất nước này, trong giáo dục, trong dịch vụ y tế và trong mọi lãnh vực của đời sống Mỹ. Đã đến lúc chúng ta phải đứng lên nhân danh George và nói "hãy lấy đầu gối của anh ra khỏi cổ chúng tôi."

Tương tự trong cam kết của Obama với chủ nghĩa phân biệt chủng tộc mới chống người da trắng là việc ông ủng hộ các thủ lãnh của tổ chức Black Lives Matter, đồng sáng lập bởi một người tự cho là được đào tạo theo chủ nghĩa Mác và được nhà kích động tên Eric Mann thuộc nhóm Weather Underground bảo trợ. Obama nhiều lần gửi lời mời nhóm thủ lãnh này đến Tòa Bạch Ốc giữa lúc các cuộc biểu tình chết người do chính họ xúi giục. Tại những cuộc gặp gỡ này, Obama đã khen ngợi họ. "Họ là những nhà tổ chức giỏi hơn cả tôi khi tôi còn trạc tuổi họ và tôi tin tưởng họ sẽ đưa nước Mỹ lên những tầm cao mới," Obama nói vào tháng 2 năm 2016.

Điều đáng lo ngại là việc mời gọi cũng như khuyến khích Black Lives Matter của Obama, được đưa ra chỉ vài ngày sau vụ ám sát 5 cảnh sát viên tại Dallas. Vụ ám sát do một kẻ da đen phân biệt chủng tộc và loạn trí tên Micah Xavier Johnson vào tháng 7 năm 2016. Johnson, một người ủng hộ BLM, nói với người điều đình con tin là anh ta hành động một mình, anh chỉ tức giận về vụ cảnh sát bắn chết hai người đàn ông da đen gần đây và quyết tâm "giết người da trắng – đặc biệt là các cảnh sát viên da trắng." Sau nhiều giờ thương lượng, Johnson cười chế nhạo, nói dối và hỏi liệu anh ta đã giết nhiều cảnh sát hơn con số được ghi nhận hay không. Chính vị cảnh sát trưởng da đen của Dallas kết luận có điều đình thêm cũng vô ích và ra lệnh cho cảnh sát của ông dùng robot điều khiển từ xa giết Johnson trong lúc hắn vẫn còn vũ khí và lên tiếng đe doạ.

Bất chấp thực tế vị cảnh sát trưởng ra lệnh giết Johnson là người da đen và kẻ giết người là một tay cuồng sát, thủ lãnh theo chủ nghĩa Mác của Black Lives Matter là Patrisse Khan-Cullors đã miêu tả sự kiện ở Dallas như trường hợp một người theo chủ nghĩa da trắng thượng đẳng "hành hình" một nạn nhân da đen vô tội: "Vào sáng sớm ngày 8 tháng 7 năm 2016, [Micah Johnson] là người đầu tiên bị cơ quan công lực địa phương dùng bom cho nổ banh xác. Họ sử dụng loại bom dùng trong quân đội để giết Micah Johnson và dùng một robot để ném quả bom đó vào anh. Một án tử hình không có bồi thẩm đoàn và xét xử. viên về tội giết người trước khi bất kỳ bồi thẩm đoàn, phiên tòa, hoặc cuộc điều tra nào về sự kiện.

Tại lễ tưởng niệm các cảnh sát viên bị sát hại tại Dallas, Obama nhân cơ hội này lên lớp các cảnh sát viên sống sót và gia đình các nạn nhân cảnh sát bị sát hại là chủ nghĩa phân biệt chủng tộc da trắng cuối cùng phải chịu trách nhiệm cho những gì đã xảy ra và đó vẫn là một phần DNA của nước Mỹ: "Chúng ta cũng biết việc phân biệt chủng tộc kéo dài hàng thế kỷ, rồi chế độ nô lệ và nô dịch, và Jim Crow; những tội ác này không biến mất một cách đơn giản khi luật chống phân biệt chủng tộc ra đời... chúng ta biết rõ sự thiên vị vẫn còn."

Black Lives Matter

Đảng Dân Chủ đã nhiệt tình ủng hộ Black Lives Matter và những lời lẽ vu cáo hư cấu của nó, bất chấp hoặc có lẽ vì các thủ lãnh của phong trào này xem trọng các tay khủng bố nội địa đã bị kết án như tên giết cảnh sát Assata Shakur. Các nhân viên làm việc trong chiến dịch tranh cử của Biden thậm chí còn quyên góp tiền cho Quỹ Tự Do Minnesota, một tổ chức tài trợ để bảo lãnh những kẻ bạo loạn bị buộc các tội nghiêm trọng. Kamala Harris cũng ra mặt bày tỏ ủng hộ xu hướng này. Các nhân viên làm việc trong chiến dịch tranh cử của Biden cũng như các nhà lãnh đạo đảng Dân Chủ khác đã góp phần ủng hộ viện lẽ những tội phạm bạo lực này là những người biểu tình ôn hòa và do đó là những người hy sinh cho công bằng xã hội.

Ngày Joe Biden nhậm chức tổng thống, ông tả nguồn cảm hứng cho một trong những sắc lệnh hành pháp đầu tiên của ông là "một phong trào lịch sử vì công lý, vì nêu bật cái giá phải trả không thể chịu đựng được của con người đối với nạn phân biệt chủng tộc có hệ thống," một ám chỉ lộ liễu đến phong trào Black Lives Matter. Một mô tả chính xác hơn phải là những gì Black Lives Matter đã làm là nêu bật và khai thác những lời dối trá của lòng căm thù chống người da trắng, chống cảnh sát mới đang thúc đẩy các cuộc tấn công đầy bạo lực của cánh tả vào các thành phố của Mỹ.

Người ta chỉ cần nhìn vào việc đảng Dân Chủ lợi dụng cái chết của George Floyd như một biểu tượng của sự vô nhân đạo của người da trắng và sự áp bức phân biệt chủng tộc đối với những người da đen. Khi sự việc xảy ra, Derek Chauvin, viên cảnh sát đặt đầu gối lên cổ George Floyd, đang kết hôn với một "phụ nữ da màu" vào thời điểm đó và hai trong ba cảnh sát viên giúp Chauvin bắt giữ Floyd là người thiểu số.

Không có bằng chứng nào cho thấy vấn đề chủng tộc đóng bất kỳ vai trò nào trong cách viên cảnh sát Derek Chauvin đối xử với George Floyd hoặc trong cái chết của Floyd. Nhân chứng chính cho sự thật hầu như bị bỏ qua là Bộ Trưởng Tư Pháp da đen Keith Ellison của tiểu bang Minnesota. Ellison từng là phó chủ tịch Ủy ban Quốc gia đảng Dân Chủ và hiện là người ủng hộ nhóm khủng bố bạo lực Antifa. Trước đó, ông đã có 11 năm làm phát ngôn viên cho Quốc gia Hồi giáo (Nation of Islam) của Louis Farrakhan.

Với tư cách là Bộ trưởng Tư pháp, Ellison chịu trách nhiệm truy tố Derek Chauvin trong vụ George Floyd. Trong một cuộc phỏng vấn trên chương trình "60 Phút" (60 Minutes) của đài CBS sau khi phán quyết được đưa ra, Ellison nói không có bằng chứng nào cho thấy George Floyd là nạn nhân của tội ác căm thù hoặc thành kiến chủng tộc. Ellison nói: "Tôi không gọi nó như vậy vì tội ác căm thù là tội ác có động lực và thành kiến rõ ràng." Ellison tiếp: "Chúng tôi không có bất kỳ bằng chứng nào cho thấy Derek Chauvin cư xử như vậy vì màu da của George Floyd." Nói cách khác, tất cả sự phẫn nộ chống lại sự phân biệt chủng tộc của cảnh sát và tất cả tình trạng hỗn loạn được thúc đẩy bởi sự phẫn nộ đó đều không dựa trên bất kỳ bằng chứng nào. Nó chỉ dựa trên một lời nói dối.

Việc vội vàng phán xét trước khi biết sự thật không phải là điều bất thường đối với cách Black Lives Matter tập hợp và kích động thành một cuộc hành hình trên cả nước trong suốt 8 năm nó hiện hữu. Trong mọi trường hợp mà Black Lives Matter huy động các cuộc biểu tình và bạo loạn thì phán quyết về án "giết người" đã được đưa ra ngay từ đầu, trước khi tìm hiểu sự thật và phiên tòa. Nữ nghị sĩ Maxine

Waters, hiện là Chủ Tịch Ủy Ban Dịch Vụ Tài chính Hạ Viện, thậm chí còn bay tới Minnesota để đòi hỏi có được phán quyết "Có tội, có tội, có tội." Đây là hành động đòi hành hình nạn nhân của đám đông.

Waters không bị một ai chỉ trích, từ đảng của bà ấy hoặc từ bất kỳ chính trị gia đảng Dân Chủ nào, ngoại trừ việc bà tấn công trắng trợn vào thủ tục tố tụng hợp pháp và các quyền dân sự được bảo đảm theo Hiến Pháp Hoa Kỳ. Quả thực, Biden đã tuyên bố ông đang "cầu nguyện" cho một phán quyết đúng đắn – thật dễ dàng để suy ra đó là phán quyết nào. Tâm lý đám đông mong hành hình nạn nhân này không chỉ chiếm ưu thế trước các cuộc điều tra và xét xử mà còn bất chấp những sự thật mà họ tiết lộ. Câu chuyện Black Lives Matter thêu dệt trong đó người da đen là con mồi bị giết do nạn cảnh sát kỳ thị chủng tộc được đặt ra cho dù những tuyên bố đó có vô lý đến mức nào khi đối diện với bằng chứng.

Trường hợp của tay buôn ma túy Freddie Gray ở Baltimore là một ví dụ rõ ràng về hành vi lạm dụng này. Gray chết trong khi bị giam giữ đã gây ra cuộc bạo loạn lớn, kèm theo những tiếng hô vang "Không công lý, không hòa bình, không cảnh sát phân biệt chủng tộc!" Những kẻ bạo loạn đã đốt cháy 144 xe hơi và 15 tòa nhà, làm bị thương 20 cảnh sát, và cuối cùng Vệ Binh Quốc Gia và 5.000 binh sĩ thuộc khu vực Trung Đại Tây Dương phải đến mới tái lập được trật tự.

Freddie Gray là một tay tội phạm chuyên nghiệp từng bị bắt giữ hơn chục lần trong khoảng thời gian 7 năm kể từ khi anh 18 tuổi. Ngày 12/4/2015, anh bị cảnh sát Baltimore bắt giữ nhưng chống cự lại cảnh sát một cách thô bạo. Anh ta được vài cảnh sát viên đặt ngồi vào phía sau xe cảnh sát và đưa đến bệnh viện địa phương để điều trị những vết thương anh ta gây ra do ẩu đả khi chống lại việc bắt giữ. Khi đến Trung tâm Chấn thương R Adams Cowley tại Đại học Maryland, anh cảm thấy khó thở. Bảy ngày sau anh đã chết.

Sáu cảnh sát viên bị kết tội giết người, ba người trong số họ là người da đen. Bốn người được trắng án và vụ án của hai người khác cũng được bác bỏ. Phát biểu cho phong trào Black Lives Matter, Brittany Packnett, một người khách thường xuyên đến Toà Bạch Ốc thời Obama, nói: "Sau tuyên bố trắng án này đến tuyên bố trắng án khác, thông điệp tiếp tục rõ ràng: không chỉ mạng sống, trái tim và xương sống của người da đen cũng không quan trọng đối với một hệ thống liên tục giết chết chúng ta, nhưng những kẻ duy nhất xem ra có tội trong cái chết như thế lại là chính chúng ta." Thêm một lời nói dối trắng trợn.

Nhà bình luận chính trị da đen Larry Elder và ứng cử viên thống đốc tiểu bang California năm 2021 đã phẫn nộ trước sự vô lý trong việc tuyên truyền chống người da trắng của Packnett đến mức ông đã đăng một phản hồi ngắn gọn trên mạng như sau:

FREDDIE GRAY CHẾT (2015)
Tổng thống Hoa Kỳ: Da đen
Bộ trưởng Tư pháp: Da đen
Thị trưởng Baltimore: Da đen
Nghị viên Baltimore: Đa số da đen
Trưởng ty cảnh sát: Da đen
Luật sư của thành phố: Da đen
3 trong 6 cảnh sát bị buộc tội: Da đen
Thẩm phán hai lần tuyên án "vô tội": Da đen

Lý Thuyết Chủng Tộc Phê Phán

Sự dối trá liều lĩnh của các nhà hoạt động Black Lives Matter chỉ có thể được hiểu trong bối cảnh quan điểm cách mạng của họ như những người được đào tạo theo chủ nghĩa Mác. Trong những năm trước đó, chủ nghĩa Mác đã trải qua một thay đổi lớn, tập trung vào các áp bức văn hóa và chủng tộc cùng với mặt kinh tế truyền thống của nó. Dưới hình thức mới gọi là Lý thuyết Chủng Tộc Phê Phán, chủ nghĩa Mác đã định hình những thành kiến tư tưởng của tất cả các thành phần cánh tả cấp tiến, và gần đây hơn là thành phần lãnh đạo cấp tiến của đảng Dân Chủ. Tuy nhiên, tiền đề tổ chức của quan điểm mới vẫn giống như cũ, họ cho rằng xã hội tự do đầy áp bức trong chính cách xây dựng của họ, và bề ngoài đòi tự do và bình đẳng của xã hội đó chỉ là lớp khói mờ để che đậy những áp bức độc ác và kinh khủng hơn.

Định nghĩa về thuyết Chủng Tộc Phê Phán trong

bách khoa toàn thư Britannica đã tóm tắt ngắn gọn quan điểm này và làm rõ những hậu quả thực tế của nó:

> Các nhà lý thuyết chủng tộc phê phán cho rằng chủ nghĩa phân biệt chủng tộc vốn có trong luật pháp và các thể chế pháp lý của Hoa Kỳ [bởi vì] chúng có chức năng tạo ra và duy trì sự bất bình đẳng về xã hội, kinh tế và chính trị giữa người da trắng và người không phải da trắng, đặc biệt là người Mỹ gốc Phi Châu.

Trong mắt của các nhà lý thuyết Chủng Tộc Phê Phán, luật pháp, các thể chế pháp lý và bản thân xã hội vốn đã mang tính phân biệt chủng tộc. Nghịch lý thay, đối với họ chủng tộc là một ảo ảnh, một khái niệm do xã hội dựng lên được người da trắng xử dụng để tiếp tục bóc lột người da màu về mặt kinh tế và chính trị.

Lý thuyết này có thể xem như thay mặt cho người da màu tuyên chiến chống lại toàn bộ hệ thống pháp luật và thể chế của xã hội Hoa Kỳ. Đó là tín điều của Weather Underground. Tiền đề của nó là mọi sự bất bình đẳng giữa các nhóm chủng tộc đều là kết quả trực tiếp của các thể chế chính trị và xã hội hiện có cũng như sự ác độc của những nhà kiến trúc da trắng tạo nên hệ thống đó. Cụ thể hơn họ cho người da màu bị áp bức và vô tội vì màu da của họ và người da trắng là kẻ áp bức vì màu da của họ, và do đó người da trắng đương nhiên mang tội bất kể hành động hoặc ý định thực tế của họ là gì. Một hệ quả tất yếu của quan điểm nham hiểm này là luật pháp và các nguyên tắc của xã hội Mỹ ngay từ bản chất đã mang tính phân biệt chủng tộc và không được tôn trọng.

Khi tổng thống Hoa Kỳ, như Joe Biden đã làm vào năm 2019, tuyên bố: "phân biệt chủng tộc có hệ thống... được xây dựng trong mọi khía cạnh của xã hội chúng tôi," ông ấy đang tán thành chủ nghĩa cực đoan chống Mỹ của các nhà lý luận phê phán chủng tộc, các tay hoạt động trong phong trào Black Lives Matter và những người theo văn hóa Mác. Tuyên bố của Biden được tung ra để biến chính sách của chính phủ thành bản cáo trạng xã hội và cả guồng máy của chính phủ Hoa Kỳ, đây chính là chương trình hành động của nhóm cấp tiến chống người da trắng nhằm phá hoại, phản đối và tìm cách loại bỏ cả hai.

Nếu xem chính xã hội và thể chế Mỹ là kẻ thù, như những người cấp tiến và hiện nay nhiều chính trị gia đảng Dân Chủ tin tưởng, thì những người bảo vệ chính của nó là cảnh sát và quân đội sẽ trở thành đối thủ trực tiếp của người bị áp bức, và là những người bảo vệ tuyến đầu của hệ thống phân biệt chủng tộc. Do đó, cảnh sát và quân đội phải bị tước vũ khí nếu muốn người da màu được giải phóng và có được "công bằng xã hội." Những kẻ cấp tiến trong những năm 60 gọi cảnh sát là lợn và xúi giục người dân giết họ. Trong lời tuyên chiến nổi tiếng, những kẻ khủng bố Weather Underground từng tuyên cáo "nghĩa vụ của chúng tôi là dẫn dắt trẻ con da trắng tham gia cuộc cách mạng vũ trang" chủ yếu chống lại chính phủ Hoa Kỳ bằng cách tấn công cảnh sát. Đảng Dân Chủ trên toàn quốc đã cắt ngân sách và nỗ lực của cảnh sát. Black Lives Matter đưa ra cáo trạng cảnh sát là những kẻ giết người trước tiên và xem thường sự thật, và chính BLM là những người thừa kế của các tổ chức Mác-xít bạo động của những năm 60.

Hậu quả

Tuyên truyền chống cảnh sát do Black Lives Matter lan truyền trong suốt gần một thập niên qua đã làm tổn hại các cơ quan thực thi pháp luật và cả cộng đồng mà họ bảo vệ. Cáo trạng nhắm vào cảnh sát về những tội ác họ không hề vi phạm tạo cơ sở cho các lệnh "ngưng thi hành nghĩa vụ" của chính quyền địa phương trước các cuộc bạo động phản đối về cái chết của George Floyd. Ở Minneapolis-St. Paul, Portland, Seattle, và cuối cùng là hàng trăm địa điểm, các chính trị gia Dân Chủ ra lệnh ngừng hoạt động trong khi những kẻ bạo loạn xé nát thành phố, đốt cháy toàn bộ khu phố và phá hủy các cơ sở kinh doanh, tòa án và sở cảnh sát. Tại các thành phố do đảng Dân Chủ điều hành trên khắp đất nước, các thị trưởng cánh tả và văn phòng tư pháp đã ngăn chặn cảnh sát trong khi những kẻ cướp bóc và côn đồ biến những khu vực rộng lớn trong đô thị của họ thành vùng chiến sự.

Hầu hết những người tham gia vào cuộc bạo loạn

đều được được chính quyền miễn truy tố và giam giữ. Điều này một phần là do đảng Dân Chủ thông qua luật không-tại-ngoại. Như tờ New York Post đã đưa tin: "Ngay bây giờ, bất kỳ ai bị bắt vì tội cướp bóc sẽ nhanh chóng được trả tự do mà không cần phải nộp tiền bảo lãnh để tránh phải ngồi tù cho đến khi xét xử..." Các nhà lãnh đạo cấp quốc gia của đảng Dân Chủ thậm chí còn hỗ trợ các tội phạm trên đường phố nhiều hơn thế. Thượng nghị sĩ và sau này là Phó Tổng Thống Kamala Harris đã công khai tuyên bố ủng hộ Quỹ Tự do Minnesota, một tổ chức chuyên trả tiền tại ngoại hầu tra cho những người bị bắt vì tội ác gây ra trong cuộc bạo loạn ở Minneapolis và đang chờ xét xử. Một phần nhờ sự ủng hộ của Harris, Quỹ Tự do Minnesota đã nhận được hơn 35 triệu Mỹ Kim tiền quyên góp. Ít nhất 13 nhân viên làm việc trong chiến dịch tranh cử tổng thống của Joe Biden cũng đã đóng góp cho quỹ này.

Điều không thể tránh khỏi đã xảy ra, nạn cướp bóc do người da đen được Black Lives Matter và các nhóm cực đoan khác xem như là "cách đền bù cho chế độ nô lệ." Là thành viên trong tổ chức Black Lives Matter, Ariel Atkins đã nói một cách ngớ ngẩn sau cuộc bạo loạn tháng 8 năm 2020: "Tôi không quan tâm đến việc ai đó quyết định cướp cửa hàng Gucci, Macy's hay Nike, bởi vì điều đó bảo đảm người đó có cái ăn. Điều đó bảo đảm người đó có cái mặc. Đó là sự bồi thường. Bất cứ thứ gì họ muốn lấy, họ đều có thể lấy vì những doanh nghiệp này luôn có bảo hiểm." Để hỗ trợ cho tư tưởng đó, một bài báo đăng trên mạng xã hội về cuộc biểu tình BLM tháng 8 năm 2020 đã khuyến khích các nhà hoạt động ra tay ủng hộ những kẻ cướp bị bắt vì "lấy lại khoản bồi thường (chế độ nô lệ) từ các doanh nghiệp."

Khi đại dịch Covid-19 bắt đầu thuyên giảm vào mùa thu năm 2020, họ lấy lý do nhà tù quá đông để thả tội phạm. Vào tháng 4 năm 2021, có tin cho rằng bắt đầu từ ngày 1 tháng 5, California sẽ thả 76.000 tù nhân trước khi họ mãn hạn tù. Trong số đó có hơn 63.000 tù nhân từng bị kết án về các tội bạo lực với gần 20.000 người trong số họ đang thụ án chung thân, họ có thể đổi điểm hạnh kiểm để rút ngắn thời gian thụ án tới 1/3, thay vì mức giảm tối đa hiện tại chỉ cho phép giảm 1/5. 13.000 tù nhân đang lãnh án tù nghiêm trọng nhưng không bạo lực sẽ đủ điều kiện để được tự do sớm sau khi chỉ chấp hành một nửa bản án của họ.

Tại các trung tâm đô thị lớn như Minneapolis, New York, Portland, Seattle, St. Louis, Atlanta, và Washington, D.C., các thị trưởng, công tố viên và hội đồng thành phố thuộc đảng Dân Chủ cực đoan và chống phân biệt chủng tộc đưa ra các chương trình nghị sự như trả tự do cho tội phạm, ra lệnh cảnh sát không được thi hành công vụ trong lúc bạo lực nổi lên, không bắt giữ những kẻ bạo loạn, gây quỹ miễn thuế để bảo lãnh khi họ bị bắt, thông qua các sắc lệnh "không bảo lãnh bằng tiền mặt" giúp họ được trả tự do ngay sau khi bị bắt, hay giảm trọng tội thành tội trộm cắp vặt.

Các chính sách trên đã ảnh hưởng tồi tệ đến ngành tư pháp. Chỉ trong một tháng sau cái chết của George Floyd, Cảnh sát trưởng New York, Terence Monahan, đã bị sốc trước cảnh dân cử và thường dân không tôn trọng các cơ quan thực tư pháp, họ chia sẻ "hoàn toàn không thể tin được họ đã thù nghịch cảnh sát thế nào." Tại Milwaukee cùng tháng đó, con số các vụ sát nhân tăng 100%, thống kê mà Thanh tra tại Milwaukee, ông Terence Gordon, nhận xét: "cảnh sát bị xuống tinh thần khủng khiếp... Họ sợ nếu có gì xảy ra không ai trong cộng đồng dám đứng ra bảo vệ họ. Trong hai mươi lăm năm làm việc, tôi chưa bao giờ thấy cảnh nào như vầy. Tôi chưa bao giờ nghĩ mình sẽ có một ngày chứng kiến các cảnh sát viên tại Milwaukee sẽ rút khỏi cộng đồng mà họ đã thề hứa phục vụ. Nhưng tôi có thể thấy điều đó đang bắt đầu xảy ra ngay lúc này, và nó thật khủng khiếp, bởi vì phía bên kia của tất cả những tội ác này đều là nạn nhân."

Cắt Giảm Ngân Sách Cảnh Sát

Tại Minneapolis, một tháng sau cái chết của George Floyd, hội đồng thành phố với tất cả 13 thành viên (trừ một thành viên thiểu số duy nhất thuộc đảng Xanh) thuộc đảng Dân Chủ-Nông Gia-Lao Động của tiểu bang đã cùng bỏ phiếu giải tán và bãi bỏ cơ sở và nhân viên cảnh sát của thành phố. Để "tái định nghĩa" an toàn công cộng bằng cách thuê nhân viên xã hội và các nhà trị liệu thay thế họ. Một tháng sau, gần 200 cảnh sát, chiếm 1/5 lực lượng cảnh sát Minneapolis, đã nộp đơn xin nghỉ việc với lý do căng thẳng sau chấn thương. "Nó gần giống như một quả bom hạt nhân rớt trúng thành phố và những người không thiệt mạng đang đứng xung quanh," cảnh sát viên kỳ cựu, Rich Walker Sr., chia sẻ: "Thành thật mà nói, tôi vẫn ngạc nhiên khi thấy còn có nhân viên cảnh sát đến làm việc."

Ngày 16 tháng 6 năm 2021, hơn 50 cảnh sát thuộc Biệt Đội Phản ứng Nhanh của Portland đã bỏ phiếu giải tán đơn vị của họ sau khi một thành viên, cảnh sát viên Corey Budworth, bị truy tố về tội hành hung cấp 4 khi anh dùng dùi cui chống lại một kẻ bạo loạn cách đó 10 tháng. "Tôi chưa hề bao giờ chứng kiến sự kiện tương tự trong suốt thời gian làm việc? Không, tôi không nghĩ bất cứ ai trong chúng tôi đã." Ông Cảnh sát phó, Chris Davis, có ý nói đến việc Tòa thị chính không đoái hoài gì đến Đội Phản Ứng Nhanh.

Chỉ vài tuần sau cái chết của Floyd, Black Lives Matter đã phát động chiến dịch "Cắt Ngân sách Cảnh sát." Đảng Dân Chủ trong hội đồng thành phố New York đã đáp ứng lời kêu gọi đó bằng cách cắt giảm 1 tỷ Mỹ Kim trong ngân sách dành cho cảnh sát và tuyên bố sẽ giải tán vĩnh viễn đơn vị chống tội phạm ưu tú của sở. Đơn vị này bao gồm 600 cảnh sát thường phục nhắm đến các tội dùng súng bất hợp pháp và các đợt tội phạm địa phương. Việc cắt giảm ngân sách và nhân sự tương tự cũng được công bố trong gần hai chục thành phố khác do đảng Dân Chủ kiểm soát bao gồm Chicago, Los Angeles, San Francisco, Seattle và Portland.

Vào ngày 30 tháng 6 năm 2020, thị trưởng New York (người mê Castro) Bill de Blasio xuất hiện trên chương trình Morning Joe của MSNBC, Bill ca ngợi đang có "một thay đổi sâu sắc" diễn ra tại New York do cắt giảm ngân sách cảnh sát, mặc dù phải đối diện với tất cả mọi ngăn trở đang góp phần tạo ra một "thành phố an toàn hơn trong tương lai." Ông còn tuyên bố sẽ lấy một phần ngân khoản cắt giảm từ ngân sách cảnh sát để tài trợ cho việc vẽ dòng chữ "Black Lives Matter" bằng chữ lớn màu vàng, trên mặt đường của Đại lộ số 5, "ngay trước Tháp Trump." Ông nói tiếp: "Chúng ta sẽ ghi lại khoảnh khắc này trong lịch sử và khuếch đại nó bằng cách lấy biểu tượng 'Black Lives Matter' và để nó trên khắp thành phố này."

Nó hoàn toàn mang tính chính trị. Không có biện pháp cải cách nào dựa trên bằng chứng về hành vi sai trái của cảnh sát hay tội phân biệt chủng tộc có hệ thống. Chúng là sản phẩm của cơn cuồng loạn Black Lives Matter và các đồng minh cánh tả của nó đã bám vào cái chết của George Floyd và cái chết của những người da đen vô tội bị sát hại vì màu da của họ. Trên thực tế, nạn nhân chính của làn sóng tội phạm mà các cuộc tấn công của đảng Dân Chủ nhằm vào cảnh sát là những người da đen sống trong các thành phố, những người dựa vào cảnh sát như tuyến phòng thủ thực sự đầu tiên và duy nhất của họ.

Sự đạo đức giả của đảng Dân Chủ và cuộc chiến triệt để chống lại hệ thống đã được thành viên "Squad" Cori Bush diễn một cách ngoạn mục. Bush là người ủng hộ nhiệt tình và hàng đầu về việc cắt ngân sách cảnh sát và thay thế họ bằng các chuyên gia sức khỏe tâm thần. Vào tháng 7 năm 2021, có tin tiết lộ Bush đã chi 70.000 đô la trong quỹ tranh cử cho lực lượng an ninh tư nhân để bảo vệ bà trong thời gian ba tháng. Rõ ràng, việc thực thi pháp luật không phải là vấn đề, ngoại trừ những người đang bảo vệ thường dân và người nghèo.

Tội Phạm Gia Tăng Tại Nhiều Thành Phố

Thay vì đặt nền móng cho các thành phố an toàn hơn, các phong trào chống cảnh sát dẫn đến việc gia tăng đáng kể tỷ lệ tội phạm bạo lực trên toàn quốc. Trong một nghiên cứu về 57 thành phố của Hoa Kỳ, nhà tư vấn dữ liệu Jeff Asher có trụ sở tại New Orleans nhận thấy tổng số các vụ giết người đã tăng ở 51 trong số 57 thành phố đó trong năm 2020 và mức tăng trung bình về tội sát nhân là 36,7%. Ở những thành phố nơi xảy ra các của cuộc bạo loạn của Black Lives Matter, tội sát nhân còn gia tăng tồi tệ hơn nữa. Tỷ lệ giết người tăng 72. 3% ở Minneapolis, 74. 1% ở Seattle và 78. 2% ở Louisville.

Theo học giả Heather MacDonald của Viện Manhattan, "các tội sát nhân gia tăng trong nội thành là hậu quả của việc chính thức bác bỏ hệ thống tư pháp hình sự. Sự khoan dung và biện hộ hiện nay đối với hành vi phá hoại và bạo lực; hành vi bịt miệng những người ủng hộ cảnh sát; và cảnh sát không sẵn lòng can thiệp, ngay cả khi khu vực mà họ trách nhiêm bị tấn công – tất cả điều này gửi đi thông điệp rõ ràng đến các tội phạm rằng xã hội không còn ý chí ngăn chặn tình trạng vô luật pháp."

Đảng Dân Chủ không nghĩ như vậy. Khi nói đến tội phạm bạo lực, họ từ chối qui trách nhiệm cho hành động của cá nhân, thay vào đó họ lại chú trọng vào cái mà họ gọi là "bạo lực do súng ống," như thể vũ khí chứ không phải cá nhân con người gây ra tội ác. Lý do đảng Dân Chủ có cái nhìn thiển cận này là do họ đón nhận tư tưởng cấp tiến; họ theo đuổi cuộc chiến chủng tộc chống lại xã hội mà họ gán cho cái mác là người da trắng thượng đẳng. Để đẩy mạnh cuộc chiến này họ phải phớt lờ cá nhân và động lực phạm tội.

Để tập trung vào tội phạm hơn là vào công cụ của chúng, các đảng viên Dân Chủ sẽ phải đối mặt với thực tế là trong khi nam giới da đen chỉ chiếm 6% dân số, họ lại chiếm một nửa số vụ giết người và cướp bóc trên toàn quốc và hơn 36% tổng số tội phạm bạo lực. Người da đen cũng chính là nạn nhân của hơn 80% những tội ác đó. Đối với những người cấp tiến, sự thật này gây phức tạp và làm tổn hại đến cuộc chiến mà họ đang theo đuổi nhằm chống lại lực lượng cảnh sát bị cho là phân biệt chủng tộc mà mục tiêu vô tội là người da đen. Vì vậy, Đảng Dân chủ hoàn toàn im lặng về đại nạn da đen phạm tội lên chính người da đen rất phổ biến trong các trung tâm đô thị mà họ kiểm soát.

Đến tháng 8 năm 2020, tội phạm lan tràn trong nhiều thành phố dẫn đến các vụ xả súng, cướp bóc, cướp xe và hành hung làm công chúng phản ứng dữ dội đến mức các đảng viên Dân Chủ lo nó sẽ ảnh hưởng đến kết quả của cuộc bầu cử giữa kỳ năm 2022. Nghĩ có thể gài bẫy đảng Dân Chủ ghi nhận là họ tiếp tay cho tình trạng hỗn loạn do cắt ngân sách cho cảnh sát, Thượng nghị sĩ đảng Cộng Hòa Tommy Tuberville đã đề xuất sửa đổi dự luật chi tiêu nhằm rút ngân sách tài trợ của liên bang cho các thành phố ủng hộ phong trào đòi giảm ngân sách cảnh sát. Tuy nhiên, ngôn ngữ của bản sửa đổi không mang tính ràng buộc và do đó không có giá trị gì hơn như một gợi ý.

Đảng Dân Chủ do TNS Cory Booker dẫn dắt đã chộp lấy bản tu chính của Tuberville như một món quà cho phép họ tỏ ra ủng hộ cảnh sát, đồng thời họ có thể nói với những cơ sở cấp tiến rằng tu chính của Tuberville trên thực tế chẳng có giá trị gì. Ngày 10 tháng 8, Thượng viện bỏ phiếu thông qua tu chính án Tuberville với tỷ lệ 99-0. Booker sung sướng reo lên: "Tôi chắc chắn chúng ta sẽ không thấy đảng Cộng Hòa sẽ tấn công bất kỳ ai ở đây về việc cắt giảm ngân sách cảnh sát." Booker sau đó kêu gọi các dân cử Dân Chủ đồng viện "không đi bộ bình thường mà nhảy múa" vào Hạ viện để bỏ phiếu ủng hộ tu chính án của Tuberville.

Súng Ống Tội Phạm

Vài tháng sau khi Joe Biden làm tổng thống: Người dân Hoa Kỳ ngày càng phẫn nộ trước tỷ lệ tội phạm tăng cao, buộc Joe Biden phải đề cập đến chủ đề này trong một bài phát biểu quan trọng từ Toà Bạch Ốc. Vào ngày 23 tháng 6 năm 2021, Biden nói với dân Mỹ kẻ thủ ác đằng sau các tội ác bạo lực là những kẻ buôn bán súng hợp pháp. Ông nói biện pháp khắc phục là ban hành "chính sách không khoan nhượng" với những người buôn bán súng nếu họ vi phạm luật liên bang hiện hành. Một nhân viên Toà Bạch Ốc giải thích chính sách không khoan nhượng với người buôn bán súng có nghĩa "ATF (Cục Cảnh Sát Đặc Nhiệm về chất cồn, thuốc lá, vũ khí và chất nổ) sẽ tìm cách thu hồi giấy phép của những người buôn bán súng lần đầu tiên họ vi phạm luật liên bang nếu không có những trường hợp thật đặc biệt cần phải giải thích với giám đốc." Sau đó, Toà Bạch Ốc còn bảo đảm với công chúng: "Đây sẽ là một chính sách lịch sử nhằm bảo đảm chúng ta buộc những kẻ buôn bán súng trên khắp nước góp phần cung cấp súng cho tội phạm phải chịu trách nhiệm." Như thường lệ, Biden và thuộc cấp không có bằng chứng nào chứng tỏ súng được mua trái phép từ những người buôn bán súng đóng bất kỳ vai trò nào trong các vụ giết người đang gây sóng gió.

Một tác động sai lầm của quan điểm cấp tiến trong đảng Dân Chủ là chính cộng đồng người da đen có cùng quan điểm đổ lỗi cho nhân viên công lực. Trên thực tế, điều ngược lại mới đúng. Theo thăm dò của Gallup được thực hiện vào tháng 8 năm 2020 cho thấy 81% người da đen mong muốn cảnh sát có mặt như cũ hay nhiều hơn trong khu xóm của họ. Như trang mạng Reason.com đã lưu ý: "Trớ trêu thay, cuộc khảo sát mới về cảm tình đối với cơ quan thực thi pháp luật... gợi ý nếu Black Lives Matters và những người theo chủ nghĩa bãi nô khác thắng thế, họ sẽ ngăn cản quan điểm của chính nhóm mà họ đang phục vụ."

Gần một năm sau, khi làn sóng tội ác tiếp tục lan rộng với những vụ giết người giữa ban ngày ở thủ đô và nạn nhân trong đó có một bé gái 6 tuổi, một cảnh sát trưởng người da đen không thể kìm được đã phải thốt lên "Tôi phát điên lên được," cảnh sát trưởng D.C. Robert Contee nói với đám đông. "Quá đủ rồi. Chúng tôi muốn giúp đỡ mọi người, nhưng bạn không thể tiếp tục dung thứ những tay tội phạm bạo lực. Bạn không thể. Bạn không thể khoan nhượng với những tên tội phạm bạo lực khiến cộng đồng không còn an toàn, kể cả những người thân yêu của bạn... Họ có thể không muốn đi làm. Họ có thể không cần dịch vụ. Nhưng chúng phải rời khỏi đường phố để trả lại sự an toàn cho chúng ta. Nếu không, chúng ta sẽ tiếp tục thấy các tệ nạn này nhiều hơn."

CHƯƠNG 6

Kiềm Chế Đại Dịch Covid

Kể từ thời khắc vi khuẩn corona đến Mỹ, đảng Dân Chủ sử dụng vi khuẩn nầy như một vũ khí chống lại Tổng Thống Donald Trump và đảng Cộng Hòa. Vào ngày 31 tháng 1 năm 2020, khi ông Trump cấm người từ Trung Cộng đi vào Hoa Kỳ, các đảng viên Dân Chủ bao gồm Joe Biden và Nancy Pelosi hạ thấp mức độ nghiêm trọng của đại dịch. Họ tố cáo Tổng Thống Trump là một người phân biệt chủng tộc và bài ngoại.

Khi xảy ra tình trạng thiếu khẩu trang và máy thở, các đảng viên Dân Chủ đổ lỗi cho Trump, mặc dù sự thật thiếu hụt là do chính quyền Obama không bổ sung nguồn cung ứng sau khi chúng cạn kiệt trong đại dịch Ebola. Tóm lại, ông Trump làm việc với các công ty tư nhân để sản xuất máy thở với số lượng kỷ lục.

Khi vai trò đen tối của Trung Cộng trong việc che giấu sự nguy hiểm của vi khuẩn bị bại lộ và Tổng Thống Trump bắt đầu gọi Covid là vi khuẩn China, đảng Dân Chủ lên án ông là kẻ phân biệt chủng tộc và, dĩ nhiên, được đảng Cộng Sản Tầu hoan nghênh.

Trong năm 2020, khi chiến dịch tranh cử Tổng Thống đang diễn ra sôi nổi, những chủ đề chính của Biden là chê bai và lên án chính quyền Trump phản ứng sai lệch đối với dịch bệnh. Biden nói với khán giả vào tháng 10: "Chúng ta trải qua cuộc khủng hoảng này hơn tám tháng và Tổng Thống vẫn chưa có kế hoạch nào cụ thể."

Trên thực tế, Tổng Thống Trump có một kế hoạch. Ông gọi đó là "Operation Warp Speed," sáng kiến trị giá 20 tỷ đô la của chính quyền ông nhằm hợp tác với các công ty dược phẩm để phát triển và sản xuất hàng loạt thuốc chủng Covid an toàn và hiệu quả vào cuối năm đó. Các đảng viên Dân Chủ lại hoài nghi rằng làm thế nào thuốc chủng được bào chế nhanh đến vậy, và liệu thuốc chủng có an toàn hay không. Biden và người cùng liên danh tranh cử của ông, Kamala Harris, thậm chí còn bày tỏ sự do dự về việc họ có nên sử dụng "thuốc chủng của Trump" hay không. Phó Tổng Thống Harris đi xa đến mức tuyên bố rằng bà ta sẽ không chích ngừa "nếu Trump bảo tôi cứ chích."

Bất chấp những khó khăn, sáng kiến đầy tham

vọng của Trump có hiệu quả. Vào ngày 11 tháng 12 năm 2020, khoảng một năm sau khi thế giới lần đầu tiên biết về vi khuẩn Covid, Cơ quan Quản Lý Thực Phẩm và Dược Phẩm phê duyệt cho sử dụng khẩn cấp một loại thuốc chủng mới, được gọi là thuốc chủng truyền tin hay còn gọi là mRNA do Pfizer sản xuất. Một tuần sau, thuốc chủng của Moderna cũng được phê duyệt. Vào thời điểm Biden nhậm chức, 30 triệu liều thuốc chủng Covid được sử dụng.

Mặc dù, điều này chứng minh một bước ngoặt lớn trong đại dịch và tạo ra kích thích mạnh mẽ cho sự phục hồi kinh tế, đảng Dân Chủ cũng không dừng lại lòng căm thù sâu đậm đối với ông Trump và công nhận thành quả của ông. Biden thậm chí còn cố gắng tự nhận công lao, cũng tương tự như trong suốt sự nghiệp của mình, ông ta nhận công lao của các bài phát biểu và những bài báo ăn cắp ý tưởng từ các chính trị gia khác. "Hai tháng trước, đất nước này gần như không có đủ nguồn cung cấp thuốc chủng để chích ngừa cho tất cả hoặc bất kỳ nơi nào gần với công chúng Mỹ, nhưng chúng tôi sẽ sớm làm được," Biden tuyên bố trong bài phát biểu quốc gia đầu tiên với tư cách là Tổng Thống. "Bây giờ, nhờ tất cả những công việc chúng tôi làm, chúng tôi sẽ có đủ nguồn cung cấp thuốc chủng cho tất cả người lớn ở Mỹ vào cuối tháng Năm. Đó là trước thời hạn ấn định." Nhưng đó không phải là công việc mà ông và các cộng sự của mình hoàn thành; chính hành động đột phá của Donald Trump làm xoay chuyển làn sóng Covid.

"Không Có Lý Do Gì Phải Đeo Khẩu Trang"

Ngay từ lúc đầu, phản ứng của đảng Dân Chủ đối với đại dịch được đánh dấu bằng những bản tin khó hiểu, ý nghĩa thường trái ngược nhau. Lúc đầu, đảng Dân Chủ và các viên chức y tế như Tiến Sĩ Anthony Fauci, Giám Đốc Viện Dị Ứng và Bệnh Truyền Nhiễm Quốc Gia (NIAID) nói rằng việc sử dụng khẩu trang ở nơi công cộng là không cần thiết – quan điểm chính thức vào thời điểm cả hai Tổ Chức Y Tế Thế Giới do Trung Cộng kiểm soát và Trung Tâm Kiểm Soát và Phòng Ngừa Dịch Bệnh đưa ra.

"Không có lý do gì để đeo khẩu trang khi đi lại," Fauci nói 60 phút vào ngày 8 tháng 3 năm 2020. Ông nói, mặc dù khẩu trang có thể chặn một số giọt nước bắn ra, nhưng chúng không ngăn chặn dịch bệnh ở mức độ như mọi người nghĩ. Fauci tiếp tục nói," Khi bạn đeo khẩu trang có thể khiến mọi người cảm thấy an toàn hơn một chút và nó thậm chí có thể chặn vài giọt nước bắn ra, nhưng nó không mang lại sự bảo vệ hoàn hảo như mọi người vẫn nghĩ. Và thông thường, có những hậu quả không lường trước được – mọi người cứ loay hoay với chiếc khẩu trang và bàn tay, nguồn dịch bệnh, cứ chạm vào mặt của họ."

Chỉ trong vòng vài tuần, cả Fauci và đảng Dân Chủ đều thay đổi hoàn toàn, tuyên bố ngược lại rằng việc đeo khẩu trang giờ đây không chỉ là điều cần thiết mà còn là một nghĩa vụ yêu nước. Joe Biden biến việc đeo khẩu trang thành sự tôn sùng, không bao giờ được rời bỏ khẩu trang. Ông ta tuyên bố rằng, nếu được bầu làm Tổng Thống, ông ta sẽ bắt buộc mọi người phải đeo khẩu trang nơi công cộng trên toàn quốc. "Tôi sẽ làm mọi thứ có thể để bắt buộc mọi người phải đeo khẩu trang ở nơi công cộng," ông ta nói. Rõ ràng đây là phương thức mới mang màu sắc tính chính trị. Trong nỗ lực khuyến khích sự lạc quan của công chúng và các ngành thương mại đang bị đóng cửa được mở cửa trở lại, chủ yếu là do các Thống Đốc của đảng Dân Chủ, Tổng Thống Trump luôn xuất hiện trước công chúng mà không cần đeo khẩu trang.

Khoa học không thay đổi để chứng minh cho các nhiệm vụ đeo khẩu trang của Biden, điều này đặt ra những câu hỏi nghiêm túc về chính sách của chính phủ và quyền tự do cá nhân. Một nghiên cứu trên Tạp chí Y học New England tuyên bố: "Việc đeo khẩu trang bên ngoài các cơ sở chăm sóc sức khỏe giúp bảo vệ, nếu có, rất ít khỏi bị lây nhiễm" và "cơ hội bị nhiễm Covid khi tiếp xúc ở những nơi công cộng là rất nhỏ." Khi ban hành các sắc lệnh buộc đeo khẩu trang, Biden phớt lờ khoa học.

Những thay đổi nầy đều mang màu sắc chính trị. Đảng Dân Chủ nhận thấy rằng biện pháp ra lệnh cho tất cả đàn ông, phụ nữ và trẻ em trong nước phải đeo khẩu trang, họ có thể đổ lỗi cho Trump và các cố vấn của ông vì không đeo khẩu trang và lơ là trong cuộc chiến chống lại vi khuẩn. Đồng thời, việc buộc mọi người đeo khẩu trang là một cách thử nghiệm quyền lực, khẳng định quyền hành động theo sắc lệnh của chính phủ và buộc công chúng phải tuân theo mệnh lệnh của chính phủ.

15 Ngày Để Làm Phẳng Đường Cong (nghĩa là không còn dịch bệnh)

Từ giữa tháng 2 đến giữa tháng 3 năm 2020, khi Trump bắt đầu năm cuối của nhiệm kỳ, thị trường chứng khoán rơi tự do. Chỉ số Dow mất 37% giá trị trong 30 ngày, giảm mạnh từ mức cao kỷ lục 29,551 vào ngày 12 tháng 2 xuống còn 18,591 vào ngày 23 tháng 3. Đó là mức giảm tồi tệ nhất của thị trường chứng khoáng kể từ vụ sụp đổ năm 2008-2009.

Các nhà lãnh đạo đảng Dân Chủ lưu ý. Họ nhìn thấy máu trong nước* – và một cơ hội lớn. Nền kinh tế là ưu thế cạnh tranh mạnh nhất của Trump. Điều gì sẽ xảy ra nếu đại dịch Covid đe dọa tất cả những điều đó?

Trong vòng vài ngày, các đảng viên Dân Chủ bắt đầu thúc đẩy việc đóng cửa toàn bộ nền kinh tế chưa từng có. Do sự lây lan của vi khuẩn ngày càng lan rộng, chính quyền Trump tạm dừng nỗ lực mở cửa lại nền kinh tế và khuyến nghị công chúng tiếp tục tránh các cuộc tụ tập đông người và duy trì giãn cách với những người khác cho đến hết ngày 30 tháng 4.

Phải tin rằng mối đe dọa từ vi khuẩn còn lớn hơn cả việc thúc đẩy đất nước rơi vào tình trạng suy thoái kinh tế, các Thị Trưởng và Thống Đốc đảng Dân Chủ bắt đầu ra lệnh đóng cửa các ngành nghề "không thiết yếu" theo lệnh Hành Pháp. Các trường công lập bị đóng cửa, các nghi lễ tôn giáo bị hủy bỏ và các phương pháp điều trị y tế không liên quan đến Covid bị từ chối. Những người ra đường mà không có lý do chính đáng sẽ bị phạt tiền, trong một số trường hợp còn bị bắt giữ. Trên thực tế, thiết quân luật gần như đạt được ở các bang do đảng Dân Chủ điều hành như California, Michigan và New York.

Khi có những chỉ trích về chủ nghĩa cơ hội nhắm vào đảng Dân Chủ, họ biện hộ rằng họ chỉ làm theo khoa học. Các Thống Đốc đảng Dân Chủ bảo đảm với công chúng rằng những việc đóng cửa, lệnh ở nhà và đóng cửa trường công chỉ là tạm thời. Tất cả những gì đất nước cần là "trong mười lăm ngày để làm phẳng đường cong," bắt đầu từ giữa tháng 3 năm 2020, để ngăn các bệnh viện và cơ sở chăm sóc sức khỏe tràn ngập bệnh nhân Covid đang trong tình trạng hấp hối.

Kiểm Duyệt "Nguồn Tin Sai Lệch"

Dĩ nhiên, không phải ai cũng đồng ý với nhận định khủng khiếp của đảng Dân Chủ về một tương lai không có các biện pháp tàn bạo để kiểm soát sự lây lan của vi khuẩn. Để bịt miệng những người chỉ trích họ, đảng Dân Chủ cố gắng ngăn cấm những cái gọi là "thông tin sai lệch" từ các phương tiện truyền thông xã hội và các cơ quan cung cấp tin tức. Chủ Tịch Hạ Viện Nancy Pelosi kêu gọi các phương tiện truyền thông và Big Tech xóa các bài báo, các cột ý kiến, những bài báo khoa học và thậm chí toàn bộ sách vở mâu thuẫn với quan điểm chính thức của CDC và Tiến sĩ Anthony Fauci, một đảng viên Dân Chủ kỳ cựu.

Chiến lược chính trị này vẫn được áp dụng sau chiến thắng của Biden trong cuộc bầu cử tháng 11/2020. Bất cứ bất đồng quan điểm nào, ngay cả từ các Tiến Sĩ và Bác Sĩ Y Khoa có trình độ cao, đều bị coi là "thông tin sai lệch" mà tân Tổng Thống nói là "giết người."

Một Cứu Trợ Dồi Dào Không Hoàn Trả

Trong lúc ông Trump đang hứa hẹn, hy vọng về việc mở cửa lại nền kinh tế và tạo ra của cải mới, thì các đảng viên Dân Chủ tại Quốc Hội lại hứa hẹn một đợt tiền chính phủ đi vay chưa từng có để xoa dịu nỗi đau khổ của dân. Số tiền này sẽ đến từ việc bán trái phiếu của kho bạc Hoa Kỳ cho các Ngân Hàng của quốc gia. Các đảng viên Cộng Hòa, không muốn bị bỏ rơi, đồng ý cho việc đóng cửa toàn quốc trong 15 ngày để làm phẳng đường cong bắt đầu từ ngày 15 tháng 3 và đưa ra các Chương Trình Cứu Trợ do vi khuẩn corona gây ra, và Đạo Luật An Ninh Kinh Tế

(CARES), bao gồm $300 tỷ thanh toán trực tiếp cho người Mỹ, $367 tỷ cho các khoản vay của Cơ Quan Quản Lý Thương Mại nhỏ và $500 tỷ cho các tập đoàn lớn và chính quyền địa phương vay.

Dự luật cứu trợ của họ bao gồm khoảng $2,2 nghìn tỷ thanh toán trực tiếp bằng tiền mặt, bảo đảm tiền lương, ban lệnh hoãn trả nợ thế chấp và gia hạn trợ cấp thất nghiệp. Đó là sự mở rộng lớn nhất trong các chương trình của chính phủ kể từ Thỏa Thuận Mới (New Deal, 1933), và chỉ sau một đêm, hàng chục triệu người Mỹ nhận thấy họ là người được hưởng lợi từ các khoản thanh toán trực tiếp của chính phủ.

Đạo luật được hai đảng đồng ý và được Thượng Viện thông qua, Tổng Thống Trump ký vào ngày 27 tháng 3 năm 2020. Sau đó, chính phủ thúc đẩy tăng chi tiêu lên con số đáng kinh ngạc là 6 nghìn tỷ đô la, bao gồm Đạo Luật Ưu Tiên Gia Đình để ứng phó với vi khuẩn corona (tháng 3 năm 2020), Chương Trình Bảo Vệ Tiền Lương và Nâng Cao Chăm Sóc Sức Khỏe (tháng 4 năm 2020) và dự luật hạ tầng cơ sở.

Tuy nhiên, dự đoán về sự gia tăng các số ca nhập viện do Covid lại không đúng. Thay vào đó, công chúng, mắc kẹt ở nhà và thất nghiệp, xem các video TikTok về các y tá rảnh rỗi bày ra các điệu nhảy múa trong những bệnh viện gần như trống không. "15 ngày để làm phẳng đường cong" kéo dài hơn một năm khi đại dịch ở Hoa Kỳ lên đến đỉnh điểm nhưng nó không phải xảy ra vào giữa năm 2020 như các chuyên gia dự đoán mà nó xảy ra vào đầu năm 2022. Trong thời gian đó, các sắc lệnh từ các chính trị gia đảng Dân Chủ ngày càng trở nên độc đoán khi Covid dần lan rộng từ bang này sang bang khác.

Ở các bang do đảng Dân Chủ kiểm soát như California, New York, Michigan và Illinois, các Thống Đốc và Thị Trưởng ban hành các sắc lệnh chưa từng có tiền lệ, và sau này được xác định, các lệnh vi hiến là cấm tất cả các cuộc tụ họp nơi công cộng, các cuộc biểu tình chính trị và các nghi thức tôn giáo (ngoại trừ các nhóm được đảng Dân Chủ chấp thuận như Black Lives Matter).

Phản Khoa Học

Vào thời điểm Joe Biden nhậm chức tổng thống vào tháng 1 năm 2021, càng ngày càng rõ ràng rằng các biện pháp phong tỏa mà đảng Dân Chủ thúc đẩy hoàn toàn phá hủy nền kinh tế đang phát triển của Trump nhưng lại có rất ít tác động đến đại dịch, vốn chậm lại đáng kể do các thuốc chủng mới. Ví dụ, California áp dụng các biện pháp phong tỏa nghiêm ngặt nhất trong cả nước, nhưng California lại có số người nhiễm bệnh cao gấp đôi so với các bang như Florida, nơi chỉ phong tỏa trong thời gian ngắn hoặc không hề phong tỏa.

Trên thực tế, vào tháng 7 năm 2021, các tiểu bang có tỷ lệ số người tử vong nói chung do Covid cao nhất – New Jersey (242 người chết trên 100.000

người), New York (223) và Massachusetts (211) – đều là thành trì của đảng Dân Chủ có chính sách phong tỏa và các biện pháp kiểm soát chặt chẽ nhất. Đồng thời, nhiều tiểu bang nhanh chóng dỡ bỏ lệnh phong tỏa, kể cả lệnh bắt buộc đeo khẩu trang chứng kiến số thương vong do Covid ít hơn rất nhiều: Florida (123), Texas (126), Georgia (118) và Idaho (96).

Điều này có nghĩa là người ta có thể chiến đấu với Covid một cách hiệu quả mà không phải phá hủy kế sinh nhai của hàng chục triệu công dân và buộc trẻ em phải ở nhà, không được đến trường học.

Hoa Kỳ Có Tài Trợ Cho Viện Nghiên Cứu Sinh Học Trung Cộng Không?

Khi bắt đầu xảy ra đại dịch, Donald Trump nhấn mạnh rằng ông tin tưởng và dựa trên bằng chứng tình báo mà ông nhận thấy rằng vi khuẩn corona có nguồn gốc từ một phòng thí nghiệm vi khuẩn học của chính phủ Trung Cộng ở Vũ Hán. Ý tưởng của Trump ngay lập tức bị tất cả đám truyền thông dòng chính và các chính trị gia đảng Dân Chủ lên án gay gắt và cho rằng đó là một "thuyết âm mưu" phân biệt chủng tộc.

Trên thực tế, một nhóm đặc nhiệm gồm có 27 chuyên viên về Virus Học được tổ chức bởi Tiến sĩ Peter Daszak, Chủ Tịch của tổ chức phi chính phủ EcoHealth Alliance có trụ sở tại Hoa Kỳ có liên kết với tạp chí y khoa The Lancet của Anh, chuẩn bị một tuyên bố lên án trực tiếp về giả thuyết cho rằng vi khuẩn corona có nguồn gốc từ Trung Cộng hoặc bất kỳ từ phòng thí nghiệm nào.

"Chúng tôi sát cánh cùng nhau để lên án mạnh mẽ các thuyết âm mưu cho rằng Covid không có nguồn gốc từ tự nhiên," các nhà khoa học viết. Sau đó, Tiến sĩ Anthony Fauci, trong lời khai tuyên thệ trước Quốc Hội, nhiều lần nhắc lại tuyên bố này từ nhóm Daszak lãnh đạo, để bác bỏ giả thuyết liên quan đến phòng thí nghiệm Trung Cộng về nguồn gốc của vi khuẩn corona.

Chưa dừng lại ở đó, vào đầu năm 2021, bằng chứng mới xuất hiện buộc nhiều nhà khoa học hoài nghi phải xem xét lại, và các tổ chức truyền thông rút lại những quan điểm rõ ràng sai lầm của họ về lý thuyết rò rỉ từ phòng thí nghiệm. "Không thể bỏ qua khả năng xảy ra tai nạn trong phòng thí nghiệm hoặc vô ý làm rò rỉ gây ra sự bùng phát vi khuẩn corona," The Washington Post thừa nhận vào tháng 1, trích dẫn thông tin mới về việc chính quyền Trung Quốc nghiên cứu về vi khuẩn corona từ loài dơi. Tạp chí Phố Wall đưa tin rằng thông tin tình báo bí mật tiết lộ rằng vào tháng 11 năm 2019, ba nhà nghiên cứu từ Viện Vi Khuẩn Học Vũ Hán đột nhiên bị bệnh nặng đến mức phải nhập viện.

Hơn nữa, khi các chính trị gia đảng Cộng Hòa bắt đầu tìm hiểu sâu hơn về nguồn gốc của đại dịch Covid, họ tìm thấy mối liên hệ đáng lo ngại giữa

NIAID của Tiến Sĩ Fauci, Liên Minh Sức Khỏe Sinh Thái của Tiến sĩ Daszak và Viện Vi Khuẩn Học Vũ Hán (WIV) của Trung Cộng.

Tiến sĩ Fauci được mời ra để làm chứng trong suốt năm 2021 trước các Ủy Ban của Quốc Hội, và trả lời trước sự chất vấn trực tiếp của các Thượng Nghị Sĩ, đặc biệt là Thượng Nghị Sĩ Rand Paul của tiểu bang Kentucky, ông Fauci nhiều lần phủ nhận rằng viện của ông ta tài trợ cho nghiên cứu "biến thể" tại Vũ Hán của Trung Cộng.

Nghiên cứu về "biến thể" đề cập đến nỗ lực của các nhà khoa học nhằm mục đích lấy một loại vi khuẩn tự nhiên chết người và biến đổi gen của vi khuẩn này trong phòng thí nghiệm để vi khuẩn này có thể lây truyền sang người – bề ngoài là để các nhà khoa học có thể hiểu và ngăn chặn sự phát triển của vi khuẩn trong tương lai. Rõ ràng, nghiên cứu như thế là một con dao hai lưỡi. Nó cũng có thể dễ dàng biến đổi từ nghiên cứu sang chiến tranh sinh học – vì những loại vi khuẩn biến thể nhân tạo như vậy có thể được sử dụng làm vũ khí sinh học.

Do đó, vào năm 2014, Viện Y Tế Quốc Gia Hoa Kỳ ban hành lệnh cấm nghiên cứu biến thể nầy nhưng sau đó hủy bỏ lệnh cấm vào tháng 10 năm 2017, nhấn mạnh rằng nghiên cứu mới sẽ phải chịu "kiểm tra chặt chẽ" và phải đối mặt với một "tiến trình nghiêm ngặt."

Trong một loạt các buổi điều trần tại Thượng Viện,

Thượng Nghị Sĩ Paul nhiều lần hỏi Fauci rằng liệu tổ chức của ông, hoặc bất kỳ tổ chức trung gian nào, có tài trợ cho các thí nghiệm "biến thể" ở Vũ Hán hay không? Fauci dứt khoát khẳng định rằng "không có." Viện của ông ta "chưa bao giờ và hiện không tài trợ cho nghiên cứu biến thể tại Viện Vi Khuẩn học Vũ Hán," Fauci tuyên bố với lời tuyên thệ vào ngày 01 tháng 5.

Nhưng Thượng Nghị Sĩ Paul không chịu lùi bước, trong một phiên điều trần căng thẳng vào tháng 7 năm 2021, ông Paul hỏi "Tiến sĩ Fauci, ông biết rõ rằng nói dối Quốc Hội là phạm tội, ông có muốn rút lại tuyên bố của mình không?"

"Tôi chưa bao giờ nói dối Quốc Hội, và tôi không rút lại tuyên bố đó," Fauci giận dữ trả lời, đồng thời nói thêm rằng bản thân Paul là một bác sĩ y khoa, không biết mình đang nói về điều gì.

"Thượng Nghị Sĩ, tôi hoàn toàn phản đối lời nói dối mà ông đang tuyên truyền" – ông ta nói. Paul trả lời rằng nghiên cứu được thực hiện trong phòng thí nghiệm Vũ Hán và NIH tài trợ cho nó, trực tiếp hoặc thông qua trung gian. Paul nói "Ông không thể chối bỏ nó. Nó trùng hợp với sự xác định của ông và ông đang che giấu sự thật."

Vào tháng 9 năm 2021, tổ chức tin tức độc lập, The Intercept, phúc trình về một kho gồm có 900 tài liệu nội bộ của NIH mà họ có được theo yêu cầu của Đạo luật Tự do Thông tin (FOIA), ít nhất đặt ra câu hỏi về tính xác thực của những tuyên bố mà Fauci tuyên thệ trước đó.

Trong các tài liệu đó, bao gồm một đề nghị tài trợ được trao cho NIAID do Fauci lãnh đạo để giao lại cho EcoHealth Alliance nghiên cứu, do Tiến sĩ Daszak đứng đầu, "TÌM HIỂU VỀ NGUỒN GỐC VI KHUẨN CORONA TỪ LOÀI DƠI."

Khoản tài trợ trị giá $600,000 đô la dành cho nghiên cứu ở Vũ Hán "sẽ kiểm tra nguy cơ xuất hiện vi khuẩn corona (CoV) trong tương lai từ động vật hoang dã bằng cách sử dụng các cuộc điều tra sâu rộng về địa hình trong sự giao tiếp giữa con người và động vật hoang dã ở Trung Cộng, đặc tính phân tử của CoV mới và vật chủ các gen miền liên kết với thụ thể, các mô hình toán học về sự lây truyền và sự tiến hóa, và các nghiên cứu trong ống nghiệm và trong phòng thí nghiệm về phạm vi vật chủ."

Ý nghĩa của cuộc thí ngiệm là gì?

Theo phân tích của Washington Post, "các nhà nghiên cứu Vũ Hán sử dụng phương pháp đảo ngược di truyền để cố tình tạo ra các thể gen gai và cấu trúc đột biến của vi khuẩn corona mới thuộc loài dơi hoang dã, sau đó kiểm tra khả năng tái tạo của các vi khuẩn đột biến (nhân tạo) này được nhân lên – không chỉ lây nhiễm – trong nhiều dòng tế bào."

Các nhà nghiên cứu Trung Cộng tìm thấy "gai và cấu trúc của loại vi khuẩn corona mới không tồn tại trong tự nhiên và có khả năng sao chép hiệu quả trong tế bào người nhờ angiotensin chuyển đổi enzyme 2 (ACE2), protein cung cấp điểm xâm nhập để vi khuẩn corona bám vào và lây nhiễm vào mô người."

Trong lời khai có tuyên thệ của mình, Fauci tuyên bố rằng NIH không tài trợ cho nghiên cứu đạt được biến thể ở Trung Cộng – và dù sao đi nữa, việc làm cho vi khuẩn dơi có thể lây sang người không phải là lợi ích của nghiên cứu biến thể. Paul và các nhà phê bình khác khẳng định Fauci đang bày trò chơi chữ hợp pháp, tạo ra một định nghĩa mới về "biến thể" theo cách mà không ai có thể kết án việc tổ chức của ông tài trợ cho các nghiên cứu biến thể này.

Các chuyên gia vi khuẩn học khác đồng ý. Tiến sĩ Richard Ebright, một chuyên gia về An Toàn Sinh Học và là Giáo Sư Hóa Học và Sinh Học Hóa Học tại Đại Học Rutgers, nói với các phóng viên rằng Viện Nghiên Cứu Vũ Hán "là hình ảnh thu nhỏ" của định nghĩa về lợi ích của nghiên cứu biến thể, vì nó liên quan đến mầm bệnh "do sự tăng cường khả năng truyền bệnh hoặc sự độc hại của mầm bệnh."

Trên thực tế, Ebright cho biết, "các tài liệu nói rõ rằng những khẳng định của Giám Đốc NIH, Francis Collins và Giám đốc NIAID, Anthony Fauci, rằng NIH không hỗ trợ nghiên cứu biến thể hoặc tăng cường mầm bệnh đại dịch tiềm ẩn tại WIV là không trung thực."

Rắc rối hơn nữa là các email thu được theo các yêu

cầu riêng biệt của FOIA, cho thấy Fauci và các nhà vi khuẩn học khác của Hoa Kỳ càng ngày càng lo lắng về nhận thức của công chúng rằng vi khuẩn corona có thể đến từ một phòng thí nghiệm của Trung Cộng.

Trong số 3,000 trang email, nhiều email được các cơ quan của chính phủ kiểm duyệt gắt gao và biên tập lại, nhưng một phần nào nội dung các email có thể nhận thấy được các tài liệu tiết lộ rằng những nhà nghiên cứu Hoa Kỳ lo lắng công việc của họ với các phòng thí nghiệm Trung Cộng có thể bị công chúng đánh giá không tốt.

Vào ngày 16 tháng 4 năm 2020, Tiến sĩ Francis Collins, Giám Đốc Viện Y Tế Quốc Gia, gửi một email cho Fauci và các viên chức y tế khác của Hoa Kỳ với chủ đề "Thuyết Âm Mưu Đang Phát Triển." Bản sao thu được của email bao gồm một phúc trình liên kết của Mediaite về một cuộc thảo luận trên Fox News Hannity, nhưng toàn bộ nội dung của email bị bôi đen.

Tuy nhiên, hai ngày sau, Fauci nhận được email từ Tiến sĩ Peter Daszak, người đứng đầu EcoHealth Alliance, tổ chức ký hợp đồng phụ trách cuộc nghiên cứu ở Vũ Hán về "sự kết hợp đột biến và cấu trúc của vi khuẩn corona mới không tồn tại trong tự nhiên," cảm ơn ông vì giúp vạch trần giả thuyết rò rỉ Covid từ phòng thí nghiệm.

"Cá nhân tôi chỉ muốn nói lời cảm ơn thay mặt cho nhân viên và cộng tác viên vì đứng lên công khai và tuyên bố rằng bằng chứng khoa học ủng hộ nguồn gốc tự nhiên của Covid từ sự lây lan từ dơi sang người, chứ không phải từ phòng thí nghiệm, Viện Virus Học Vũ Hán," Daszak viết vào ngày 18 tháng 4 năm 2020.

Những người chỉ trích, bao gồm Rand Paul và những người khác tiết lộ cho thấy Fauci, Daszak và các nhà nghiên cứu khác của Hoa Kỳ có mâu thuẫn lợi ích rõ ràng khi điều tra nguồn gốc của vi khuẩn Covid.

Nếu đại dịch Covid được kích động bởi sự phát tán vi khuẩn từ phòng thí nghiệm Trung Cộng – cho dù vi khuẩn có được tăng cường nhân tạo để có thể lây truyền sang người hay không – thì quả thật không tốt khi chính phủ Hoa Kỳ cung cấp tài trợ dù chỉ ở mức tối thiểu cho phòng thí nghiệm Vũ Hán.

Fauci và các chuyên gia vi khuẩn học hiện đóng một vai trò quan trọng trong việc quyết định cách sống của hàng tỷ người trên khắp hành tinh – họ cho phép quyền tự do nào, và chối bỏ quyền tự do khác. Nếu lý thuyết rò rỉ phòng thí nghiệm hóa ra là đúng, thì một số chuyên gia này có thể đóng một vai trò nhỏ, gián tiếp, chắc chắn là không cố ý nhưng đóng một vai trò quan trọng trong việc gây ra một trong những đại dịch nguy hiểm nhất trong lịch sử.

Không Chích Ngừa Bị Cho Là Ma Quỷ

Khi chính trị trở thành kẻ nắm quyền chỉ huy, các

chính sách có thể ngày càng xa rời thực tế. Không mất nhiều thời gian để đảng Dân Chủ chuyển từ công khai hoài nghi về "thuốc chủng của Trump" trở thành những người ủng hộ thuốc chủng, và nhấn mạnh rằng mọi người Mỹ phải tiêm thuốc chủng là nghĩa vụ yêu nước. Thật vậy, một trong những hành động kỳ lạ mà các đảng viên Dân Chủ trong Quốc Hội, chính quyền Biden và nhiều người ủng hộ họ trên các phương tiện truyền thông và các cơ quan Tình Báo phản ứng với đại dịch Covid thông qua việc lên án, công kích, kết tội những người không tiêm thuốc chủng.

Điều này thật kỳ lạ vì trước cuộc bầu cử, đảng Dân Chủ tỏ thái độ hết sức thông cảm với những người cảm thấy rằng bất kỳ loại thuốc chủng Covid nào được phát triển một cách vội vã như vậy đều có thể không an toàn, hoặc chính phủ có thể đốt cháy giai đoạn bào chế thuốc chủng nhằm trấn an dân chúng về đại dịch.

Bất chấp sự kiện lịch sử này, đảng Dân Chủ nhanh chóng bắt đầu lăng mạ, coi thường và sau đó công khai đe dọa bất kỳ ai do dự không tiêm thuốc chủng, ngay cả khi họ có lý do sức khỏe chính đáng (chẳng hạn như tiền sử dị ứng với thuốc chủng) để hoãn chích ngừa. Như thường lệ, đảng Dân Chủ đặt vấn đề theo hướng phân biệt chủng tộc, cố gắng tìm ra mối tương quan giữa "những người đáng trách" (những người ủng hộ Trump da trắng) và "sự do dự tiêm thuốc chủng." Tuy nhiên, trên thực tế, các cuộc thăm dò cho thấy nhóm công khai hoài nghi nhất về thuốc chủng Covid là người Mỹ da đen chứ không phải người da trắng.

Nói cách khác, thật đáng kinh ngạc, các đảng viên Dân Chủ quốc gia vô cùng xúc phạm chính những người mà họ đang cố gắng thuyết phục, khẳng định mà không có bằng chứng rằng những người chưa được chích ngừa (nhiều người trong số họ có khả năng miễn dịch tự nhiên do nhiễm vi khuẩn sớm trong đại dịch) là nguyên nhân khiến đại dịch tiếp tục. "Nếu bạn không chích ngừa, bạn không thông minh như tôi nghĩ," Biden nói với các phóng viên vào tháng 7 năm 2021. "Chỉ có một điều chúng tôi biết chắc chắn, nếu 100 triệu người đó chịu chích ngừa, thế giới bây giờ chắc chắn khác hẳn."

Các đảng viên Dân Chủ khác lên tiếng cùng một giọng điệu. Vào tháng 8 năm 2021, Arne Duncan, người từng là Bộ Trưởng Giáo Dục dưới thời cựu Tổng Thống Obama, viết trên Twitter để lên án nhiều người Mỹ phản đối quy định bắt buộc tiêm thuốc chủng cho tất cả mọi người. Ông ta ví những người như vậy giống như kẻ khủng bố có liên hệ với ISIS, kẻ thực hiện một vụ đánh bom liều chết vài ngày trước đó, tại sân bay Quốc tế Hamid Karzai ở Kabul, giết chết 13 quân nhân Mỹ và hơn 160 thường dân Afghanistan. "Bạn có nhận thấy rằng suy nghĩ và hành động của những kẻ đánh bom liều chết ở sân bay Kabul và những người chống đeo khẩu trang và chống chích ngừa ở đất nước này giống nhau đến mức nào không?" Duncan viết tiếp trên Twitter. "Cả hai đều tự sát bằng bom, gây hại cho những người xung quanh và tin chắc rằng họ đang đấu tranh cho tự do."

Ông Gavin Newsom, Thống Đốc bang California, phải đấu tranh cho sinh mệnh chính trị của mình trong một cuộc bầu cử bãi nhiệm vì ông ta giải quyết đại dịch theo cách thức đạo đức giả, nhấn mạnh rằng những người chưa được chích ngừa là "giết người," và ví họ như những tài xế say rượu. Chủ tịch Hạ Viện Nancy Pelosi gọi các thành viên của Quốc Hội chưa chịu chích ngừa, chẳng hạn như Thượng Nghị Sĩ Rand Paul, người sống sót sau Covid, là kẻ "ích kỷ" và là mối nguy hiểm cho các đồng nghiệp.

Lập luận này không đứng vững ngay tiền đề khi khẳng định thuốc chủng Covid thực sự hiệu quả, vì nếu thuốc chủng "hiệu quả 98%" như từng quả quyết thì tại sao những người chưa được chích ngừa lại là "mối đe dọa" cho những người được chích ngừa. Cuối cùng, đảng Dân Chủ từ bỏ hoàn toàn khả năng thuyết phục và dùng đến vũ lực. Họ khuyến khích các ngành công cơ sở thương mại từ hàng không đến nhà hàng đơn giản là cấm những người chưa được chích ngừa, một chiến lược mà các nhà phân tích pháp lý gọi là "những người làm thay cho chính phủ," vì nó cho phép đảng Dân Chủ tránh được những thách thức trước tòa án mà họ có thể sẽ thua.

Vào tháng 5 năm 2021, chính quyền Biden công bố một mục tiêu mới là tiêm ít nhất một liều thuốc chủng Covid cho 70% người trưởng thành – và giúp cho 160 triệu người được chích ngừa đầy đủ ở Hoa Kỳ – trước ngày 4 tháng 7. Biden nói nếu dân Mỹ làm như vậy, họ có thể mời một vài người bạn đến nhà để ăn mừng ngày 04 tháng 07. "Nếu chúng ta làm tất cả những điều này, nếu chúng ta làm đúng nhiệm vụ, nếu chúng ta cùng nhau chích ngừa, thì trước ngày 4 tháng 7, rất có thể bạn, gia đình và bạn bè của bạn sẽ có thể gặp nhau ở sân sau hoặc trong khu phố của bạn để nấu ăn và nướng BBQ ngoài trời ăn mừng Ngày Độc Lập."

Vào thời điểm đó, điều này dường như hoàn toàn tách rời khỏi thực tế. Người Mỹ có thể nhìn vào biểu đồ ca bệnh và tử vong được in trên hầu hết các tờ báo và trực tuyến và tự nhận xét rằng đại dịch COVID-19 lên đến đỉnh điểm ở Hoa Kỳ trước đó 5 tháng, tức là vào cuối tháng 1 năm 2021.

Khi còn là ứng viên và sau đó là Tổng Thống, Biden hứa với người Mỹ rằng họ sẽ không bị buộc phải chích ngừa nếu họ cảm thấy không cần thiết. Bản thân Biden bày tỏ sự thông cảm với những người hoài nghi về thuốc chủng Covid do chính quyền Trump khai triển. Nhưng chẳng bao lâu sau, các đảng viên Dân Chủ, các cơ sở thương mại và tổ chức trên khắp đất nước khẳng định rằng chích ngừa sẽ là một yêu cầu bắt buộc, từ du lịch bằng máy bay đến mua sắm hàng tạp hóa.

"Bạn phải bắt đầu nói với mọi người rằng, nếu bạn không chích ngừa, bạn không thể vào văn phòng hoặc bất cứ địa điểm kinh doanh nào," Don Lemon, phát ngôn viên không chính thức của đảng Dân Chủ, giải thích. "Nếu bạn không chích ngừa, bạn không thể đi làm. Nếu bạn không chích ngừa, bạn không thể vào phòng tập thể dục. Nếu bạn không chích ngừa, bạn không thể lên máy bay. Nó không liên quan gì đến tự do. Nó không liên quan gì đến quyền tự do." Nhưng thật rõ ràng, đó là tất cả những lệnh phong tỏa lớn nhất, cho phép chính phủ cắt giảm quyền tự do của mọi người Mỹ theo ý muốn.

Vào cuối tháng 7, Biden thông báo rằng tất cả nhân viên Liên Bang và thành viên của lực lượng vũ trang sẽ phải chích ngừa hoặc xét nghiệm hàng tuần. Cơ sở khoa học đưa ra cho các biện pháp hà khắc này là tuyên bố rằng các đột biến của vi khuẩn corona, cụ thể là biến thể Delta, tạo ra một tình huống nguy hiểm khác đòi hỏi các bước quyết liệt. Họ nói rằng biến thể Delta dễ lây lan hơn và dường như có hại hơn cho giới trẻ.

Tuyên bố này ban đầu dựa trên một nghiên cứu được thực hiện ở Ấn Độ và không được phê duyệt, như một loại thuốc chủng không được phép sử dụng ở Hoa Kỳ. Tuy nhiên, nghiên cứu này được Biden và CDC sử dụng để đưa ra tuyên bố rằng mọi người, những người chưa được chích ngừa cũng có khả năng lây lan biến thể vi khuẩn Delta. Trong khi các nghiên cứu cho thấy rằng những người được chích ngừa về mặt lý thuyết có thể nhiễm biến thể Delta – được gọi là "nhiễm trùng đột phá," trong một số trường hợp, có thể lây lan – trên thực tế các trường hợp như thế rất ít. Theo dữ liệu riêng của CDC, trong số 168 triệu người được chích ngừa ở Hoa Kỳ, chỉ có 8,054 người phải nhập viện vì nhiễm trùng đột ngột sau đó – tỷ lệ tái nhiễm chỉ là 0,004 phần trăm.

Tuy nhiên, bất chấp điều này, có những dấu hiệu cho thấy Biden và đồng minh của ông là các đảng viên Dân Chủ, không có ý định giữ nguyên thỏa thuận ngay cả khi tất cả người Mỹ tuân thủ. CDC khuyến nghị rằng ngay cả những người được chích ngừa cũng nên đeo lại khẩu trang ở một số khu vực nhất định và tất cả trẻ em đi học cũng nên làm như vậy. Thậm chí không thể giải thích được, Tòa Bạch Ốc khẳng định rằng người Mỹ vẫn có thể bị phong tỏa trong tương lai nếu các chuyên gia thấy cần thiết. Dường như mọi chuyện bắt đầu do các đảng viên Dân Chủ quyết tâm đeo khẩu trang, giãn cách xã hội, phong tỏa hết lần này đến lần khác và lệnh của chính phủ độc tài trở thành một cái gì đó bình thường và vĩnh viễn trong cuộc sống người dân Mỹ.

Thông Hành Nội Địa Và Chính Quyền Kiểm Soát

Dường như chỉ sau một đêm, nước Mỹ biến đổi từ một quốc gia có các quyền bất khả xâm phạm được bảo đảm bởi Hiến Pháp – quyền hội họp, thờ phượng, tự do ngôn luận – trở thành một quốc gia mà các quyền tự do đó giờ đây tùy thuộc vào những gì mà các chuyên gia y tế không chính thức và các viên chức chính phủ yêu cầu phải tuân theo.

Đi đến nhà thờ, du lịch, tụ tập cùng các thành viên trong gia đình, thậm chí cho con cái đi học bây giờ đều phải có sự cho phép rõ ràng từ chính phủ. Nó gợi nhớ đến một khẩu hiệu xuất hiện ở Berkeley, California, vào những năm 1960, đỉnh điểm của chủ nghĩa cấp tiến điên rồ của thành phố đó: Mọi thứ không cho phép rõ ràng đều bị cấm.

Sự chuyển đổi cơ bản này được gói gọn trong nỗ lực thúc đẩy "Thông hành chích ngừa" của đảng Dân Chủ, trong đó có hồ sơ chích ngừa và sức khỏe của từng cá nhân như một đòi hỏi để được phép đến các địa điểm du lịch, khu giải trí và bất kỳ nơi nào do chính phủ quyết định. Đó là một sự hạn chế toàn trị đối với tự do cá nhân đi tiên phong trong hệ thống "tín dụng xã hội" của Cộng Sản Trung Quốc.

Vào ngày 3 tháng 8 năm 2021, Thị Trưởng thành phố New York, Bill de Blasio, thông báo rằng phải có thẻ thông hành chủng ngừa mới mà ông gọi là "Thẻ Chìa Khóa Đến Thành Phố New York" để thụ hưởng hầu hết các sinh hoạt trong thành phố, từ chuyện ăn uống tại nhà hàng đến việc mua sắm tạp hóa. "Chúng tôi biết cứ bắt buộc cứng rắn, rõ ràng sẽ giúp ích đánh bại vi khuẩn," de Blasio tuyên bố trong một cuộc họp báo. Thị trưởng cũng nói: "Chìa Khóa Đến Thành Phố New York: Khi bạn nghe câu đó, tôi muốn bạn mường tượng điều này, bất cứ ai được chích ngừa, họ có thể rong chơi và hưởng thụ những địa điểm tuyệt vời có sẵn tại thành phố New York... Nếu bạn được chích ngừa, tất cả tụ điểm sẽ mở ra cho bạn, vì trong tay bạn có chìa khóa, nên bạn có thể mở mọi cánh cửa vui thú. Nếu không chích ngừa, thật không may, bạn sẽ không được phép vào bất cứ chỗ nào."

Điều này quá xa lạ với tư tưởng của người Mỹ và các quyền tự do được bảo đảm, đến nỗi thật khó hiểu là làm thế nào mà một viên chức Mỹ lại có thể đề nghị và áp đặt nó một cách thoải mái tự nhiên đến vậy, cho dù de Blasio luôn có thiện cảm đặc biệt với nhà độc tài tàn bạo Cuba, Fidel Castro, cũng khó giải thích được thái độ của ông ta.

Giống như "các nước cộng hòa Dân Chủ nhân dân" ở Đông Âu dưới chế độ cộng sản, người Mỹ giờ đây được thông báo rằng họ phải cần một loại giấy tờ tương đương để đi lại trong nước, lên xe lửa và máy bay, đi học đại học, thậm chí để làm các công việc trong cuộc sống hàng ngày. "Nó trở thành một hệ thống theo kiểu thưởng-phạt," một viên chức đảng Dân Chủ, Rahm Emanuel, nổi tiếng khi khuyên các đảng viên Dân Chủ "đừng bao giờ để một cuộc khủng hoảng nghiêm trọng trở nên lãng phí. Phải tận dụng nó."

Thật vậy, các nhà nước cộng sản từ lâu hiểu rõ rằng cách tốt nhất để kiểm soát dân chúng là phải thông qua "một hệ thống kiểu thưởng-phạt" – sẽ nhận được lợi ích nếu làm theo những gì chính phủ sai bảo, và ngược lại, lợi ích bị từ chối nếu họ không tuân thủ. Tại các nước độc tài như Cộng Hòa Dân Chủ Đức hay cộng sản Tiệp Khắc, những người không tuân thủ mệnh lệnh của chính phủ bị trừng phạt dưới một hình thức khác. Những công dân bất tuân hoặc bất đồng chính kiến sẽ không được thăng chức, đơn xin vào đại học của con cái họ bị bác, đừng bao giờ nghĩ đến việc mua xe hơi, các chuyến du lịch cũng bị hủy bỏ.

Trong lịch sử, người Mỹ không hề nghĩ đến việc chính phủ kiểm soát hoàn toàn cuộc sống của họ vì trái ngược với các quyền tự do mà họ chiến đấu và hy sinh để bảo vệ. Nhưng bây giờ, đất nước bị chia rẽ và đảng Dân Chủ và những người ủng hộ lại chấp nhận một loại thể chế độc tài và tâm lý toàn trị. Điều này tạo ra một cuộc tranh đấu của những người Mỹ yêu nước. Đến tháng 8 năm 2021, chín tiểu bang ban hành luật hạn chế hoặc nghiêm cấm việc bắt buộc chích ngừa nhắm vào nhân viên của các trường công lập hoặc cơ quan chính phủ, trong khi sáu tiểu bang thông qua luật cấm các trường học bắt buộc phải chích ngừa, và 21 tiểu bang thông qua luật cấm thẻ thông hành chích ngừa như ở tiểu bang New York.

Phản ứng của Biden đối với những thách thức này bằng cách tự phong ông là vị cứu tinh của quốc gia, và các đối thủ của ông là kẻ thù cung cấp thông tin sai lệch để đánh lạc hướng về các biện pháp khắc phục cần thiết trong hoàn cảnh khó khăn của đất nước. Vào ngày 3 tháng 8 năm 2021, sau khi Thống Đốc Florida Ron DeSantis từ chối cấp thẻ thông hành chích ngừa, lệnh phong tỏa và lệnh bắt buộc đeo khẩu trang do chính phủ yêu cầu đối với tiểu bang Florida, Biden đưa ra lời cầu xin: "Chúng tôi cần sự lãnh đạo của mọi người. Và nếu một số Thống Đốc không sẵn sàng làm điều đúng đắn để đánh bại đại dịch, thì họ nên cho phép các cơ sở thương mại và trường đại học muốn làm điều đúng đắn như thế. Tôi nói với các Thống Đốc, xin giúp đỡ. Nhưng nếu bạn không giúp, thì ít nhất đừng cản trở những người đang cố gắng làm điều đúng đắn. Hãy sử dụng quyền hành của bạn để cứu sinh mạng con người."

Tuyên bố đó cho thấy chính phủ Liên Bang có độc quyền về sự thật, bất chấp hàng loạt tuyên bố mâu thuẫn và các chính sách riêng biệt ngay từ đầu, luôn cả cách thức và lối chỉ trích của chính phủ đối với đại dịch. Nó cũng là một sự ác ý hóa đổ lên đầu bất kỳ ai bất đồng chính kiến với sự chính thống của chính phủ như một kẻ thù của sự thật, như một quan điểm phi-Mỹ mà người ta có thể tưởng tượng.

Thật đáng khen ngợi, DeSantis quyết không lùi

bước nhưng giữ vững lập trường: "Joe Biden gợi ý rằng nếu bạn không thực hiện các chính sách phong tỏa, thì bạn đừng ngăn cản một ai. Nhưng hãy cho tôi nói với ông ta điều này: Nếu ông tước đoạt quyền của cha mẹ ở Florida, tôi sẽ đứng giữa đường để cản ông. Tôi sẽ không để ông làm điều đó. Nếu ông tìm cách từ chối không cho trẻ em hưởng một nền giáo dục chính đáng, tôi sẽ ngăn cản ông và tôi quyết bảo vệ các trẻ em ở Florida. Nếu ông đang tìm cách hạn chế mọi người, áp đặt các lệnh bắt buộc, nếu ông tìm cách hủy hoại công việc, kế sinh nhai và cơ sở thương mại nhỏ của họ, nếu ông tìm cách phong tỏa người dân, tôi sẽ ngăn cản ông và tôi đứng về phía người dân Florida."

Trong một cuộc phỏng vấn trên truyền hình Fox với Laura Ingraham, DeSantis nói về hành vi đạo đức giả khi Biden tuyên bố đại diện cho sự thật về cuộc khủng hoảng và tuyên bố độc quyền cách giải quyết nó. "Đây là kẻ lúc tranh cử tổng thống nói rằng ông ta sẽ tiêu diệt vi khuẩn tận gốc rễ. Ông ta sẽ không đóng cửa nước Mỹ hay nền kinh tế. Ông ta sẽ dập tắt vi khuẩn. Tuy nhiên, ông ta làm gì? Ông ta mở cửa cho mọi người từ hơn 100 quốc gia khác nhau xâm nhập qua biên giới phía Nam. Mọi biến thể trên hành tinh này – một số biến thể mà chúng ta thậm chí không hề biết – đang len lỏi vào đất nước chúng ta bằng cách đó... Ông ta đang giảng cho mọi người về việc áp đặt lệnh hạn chế và lệnh phong tỏa của Covid và không những chẳng làm gì để ngăn chặn sự gia tăng đột biến ở biên giới mà còn thực sự tạo điều kiện thuận lợi cho Covid lây nhiễm." Và sau đó, DeSantis nói thẳng với Tổng Thống Biden: "Tại sao ông không làm công việc của ông? Tại sao ông không giữ biên giới này an toàn? Trừ phi ông làm những việc đó, tôi không muốn nghe ông nói bất cứ điều gì về Covid."

Đó là một cuộc đối đầu kinh điển – một cuộc tranh luận trọng tâm chính trị để xác định lại đất nước sẽ tuân theo các nguyên tắc và truyền thống Hiến Pháp, hoặc bằng cách sử dụng vỏ bọc của một cuộc khủng hoảng để uốn nắn, chuyển dần sang một nhà nước độc đảng đang tìm cách kiểm soát hoàn toàn người dân.

Chú thích: * They saw blood in the water (thấy máu trong nước) là một thành ngữ. Nghĩa đen của nó là nói về con những con cá mập nhìn thấy máu loang trong nước là cơ hội tốt để tấn công con mồi. Nghĩa bóng là kẻ xấu nhận ra điểm trí mạng của đối thủ để tìm cách tấn công, phá hoại.

CHƯƠNG 7

Tái Tạo Thế Giới

Trong khi người Mỹ bực dọc vì những hạn chế được áp đặt trong đại dịch, họ chứng kiến các quyền tự do của họ bị xói mòn và sinh kế của họ bị phá hủy, thì một bộ phận quyền lực trong xã hội lại tỏ ra thích thú. Họ ăn mừng thì đúng hơn. Họ hoan nghênh việc phong tỏa, tình trạng thiếu hụt và các quyền tự do bị hạn chế, đồng thời xem toàn bộ cuộc khủng hoảng với một thái độ phấn khích và hồi hộp. Họ phấn kích vì tất cả những mất mát của người dân trong cuộc chiến chống Covid mang lại lợi ích cho môi trường (không khí trong lành hơn, ít khí thải hơn, nguồn nước ít ô nhiễm hơn...) và cũng là dịp thử nghiệm các biện pháp kiểm soát xã hội cần thiết cho các kế hoạch xã hội chủ nghĩa của họ. Các biên tập viên của tờ Guardian cánh tả tóm tắt quan điểm của những người cấp tiến ở khắp mọi nơi: "Việc kìm hãm nhiều loại hoạt động kinh tế trên toàn thế giới dẫn đến việc cắt giảm lượng khí thải carbon mà trước đây không thể tưởng tượng được... Những gì thất bại trước đây – xã hội chủ nghĩa, liều lĩnh – bây giờ hóa ra là không phải như thế." Tất cả đều đúng, trừ phi có người quá coi trọng tự do cá nhân và hạnh phúc vật chất của mình.

Vào tháng 2 năm 2020, ứng cử viên sơ bộ Tổng Thống của đảng Dân Chủ và nhà tài trợ siêu khí hậu Tom Steyer hoan nghênh việc một chính phủ thông thái và toàn năng chiếm đoạt quyền tự do cá nhân như là chìa khóa để cứu hành tinh. Thay vì che giấu các kế hoạch độc đoán của mình như nhiều chính trị gia tiến bộ vẫn làm, Steyer mạnh dạn tuyên bố: "Tôi sẽ tuyên bố tình trạng khẩn cấp về khí hậu vào ngày đầu tiên trong nhiệm kỳ Tổng Thống của mình," ông ta hứa.

"Tôi sẽ sử dụng quyền Hành Pháp khẩn cấp của Tổng Thống để nói với các công ty về cách họ có thể tạo ra điện, loại ô tô nào họ có thể chế tạo – theo lịch trình nào, loại tòa nhà nào chúng ta sẽ xây dựng, cách chúng ta sẽ sử dụng đất công cộng thế nào. Chúng ta cần xây dựng lại đất nước này một cách thông minh phù hợp với khí hậu... chúng ta không có lựa chọn nào khác." Đây là tiếng nói của một nhà độc tài tương lai, không phải là ứng cử viên cho chức vụ Tổng Thống của một nước cộng hòa 245 tuổi.

Tóm tắt quan điểm của những người ủng hộ đại dịch, tạp chí Newsweek đưa tin: "Các nhà khoa học, nhà hoạt động và các nhà lãnh đạo tôn giáo, từ Giáo Hoàng Francis đến nhà làm phim Spike Lee, đang nhấn mạnh việc hạn chế, phong tỏa để giảm ô nhiễm không khí và thiên nhiên trở nên sống động như một lời kêu gọi cấp bách cần phải thay đổi vĩnh viễn các hoạt động kinh tế và công nghiệp sau Covid-19." Hay là giống như lời của một giáo sư phò khí hậu nói: "Tăng trưởng kinh tế cần được đánh đổi" cho "thắt lưng buộc bụng có kế hoạch" và "thay đổi toàn bộ hệ thống." Nói một cách khác, nếu hệ thống tạo ra sự thịnh vượng, mang lại nhiều lựa chọn, cơ hội và hạnh phúc vật chất cho người Mỹ hơn bất kỳ dân tộc nào khác trong lịch sử thì cần phải hy sinh cho một chính sách "thắt lưng buộc bụng có kế hoạch" phù hợp với các chương trình nghị sự về ý thức hệ của cánh tả cấp tiến. Sẽ khó có thể đưa ra một định nghĩa nào ngắn gọn hơn về "sự thay đổi toàn bộ hệ thống" mà các đảng viên Dân Chủ cấp tiến đang lên kế hoạch cho nước Mỹ.

Tham Vọng Của Green New Deal

Tham vọng về những gì đảng Dân Chủ quảng cáo là Green New Deal, thậm chí nó còn lớn hơn và dữ dội hơn các kế hoạch của Tom Steyer. Người phát ngôn mà đảng Dân Chủ chọn lên kế hoạch này là Alexandria Ocasio-Cortez, một kẻ quá nông cạn, một kẻ ngưỡng mộ Fidel Castro, người chiếm một trong những quốc gia giàu có nhất Châu Mỹ Latinh và biến nó thành một trong những quốc gia nghèo nhất trong vòng chưa đầy một thế hệ. Để thực hiện được kỳ tích này, Castro biến Cuba thành một nhà tù trên đảo. Khi Ocasio-Cortez công bố Green New Deal, kế hoạch nầy nhận được sự ủng hộ của 600 tổ chức cánh tả và hơn 40 Thượng Nghị Sĩ và nhà Lập Pháp đảng Dân Chủ, bao gồm cả nhà lãnh đạo kỳ cựu của đảng Dân Chủ, ông Edwin Markey ở Massachusetts và nhà tài chính cực tả George Soros. Các mục tiêu của Green New Deal bao gồm việc loại bỏ ngành công nghiệp dầu khí mà chẳng có kế hoạch thay thế cho 5.2 triệu việc làm bị mất, hoặc hàng tỷ đô la lợi nhuận, hoặc các vị trí thống trị toàn cầu về năng lượng, điều này sẽ mang lại lợi ích cho các đối thủ truyền kiếp của Mỹ là các nước Nga, Venezuela, Trung Cộng, và Iran. Những mục tiêu khác thậm chí còn kỳ quặc hơn, như loại bỏ việc đi lại bằng đường hàng không, và cấm nuôi các gia súc đầy hơi làm tăng khí metan trong bầu khí quyển.

Mặt khác, nhiều đề nghị xanh không liên quan gì đến việc bảo vệ môi trường và mọi thứ liên quan đến việc áp đặt các kế hoạch tổng thể của cộng sản lên thành phần dân chúng thụ động. Một đề nghị kêu gọi hệ thống chăm sóc sức khỏe – một người trả tiền, sẽ giao cho chính phủ Liên Bang chịu trách nhiệm về toàn bộ ngành chăm sóc sức khỏe và loại bỏ quyền tự do cá nhân trong việc lựa chọn bác sĩ hoặc chương trình bảo hiểm. Thêm nữa, kêu gọi bảo đảm việc làm với "mức lương đủ sống" cho tất cả mọi người ở Hoa Kỳ. Đó là ý định biến mọi công dân thành những kẻ được nhà nước bảo trợ và được thể hiện rõ ràng trong việc bảo đảm "an ninh kinh tế cho tất cả những người không có khả năng hoặc không muốn làm việc (nhấn mạnh là không muốn làm việc)." Mục tiêu cuối cùng là tạo ra một tầng lớp không làm việc, sống hoàn toàn phụ thuộc vào lợi tức căn bản phổ quát, hay nói rõ hơn, nhận tiền từ chính phủ miễn phí.

Chỉ có một ước muốn ý thức hệ duy nhất mới có thể giải thích lý do tại sao các Green New Deal phản đối năng lượng hạt nhân, một loại năng lượng sạch. Họ kêu gọi ngừng hoạt động tất cả các nhà máy điện hạt nhân hiện nay, mặc dù các nhà máy này chiếm 60% tổng sản xuất năng lượng không thải khí carbon, và việc loại bỏ chúng sẽ có tác động tiêu cực đến môi trường. Họ cũng đề nghị cắt giảm một nửa ngân sách quốc phòng, một ưu tiên truyền thống của phe cánh tả chống Mỹ, và là ưu tiên đặt ra câu hỏi: Ai là kẻ thù – nhiên liệu hóa thạch hay Hoa Kỳ?

Việc Biden hủy bỏ ống dẫn dầu Keystone là một trong những hành động đầu tiên của ông khi nhậm chức tạo ra một điều bất thường khác. Việc hủy bỏ gây ra khó khăn lớn cho người lao động và người tiêu dùng Mỹ. Chỉ qua một đêm, hơn 11,000 công nhân và gia đình của họ bị mất thu nhập. Đảng viên

Dân Chủ biện minh cho sự hy sinh của họ bằng mối đe dọa "cấp bách" mà nhiên liệu hóa thạch gây ra cho khí hậu.

Nhưng gần như cùng lúc đó, Biden bật đèn xanh cho đường ống dẫn khí đốt Nord Stream của Nga mà Trump ngăn chặn. Điều này khiến không chỉ nước Đức mà cả Châu Âu phải phụ thuộc vào dầu mỏ của Nga và đưa tiền vào túi của một chế độ độc tài thù địch. Một chế độ độc tài cực kỳ thù địch vào thời điểm Biden đưa ra quyết định khó hiểu về bề mặt bảo vệ môi trường, Điện Kremlin đang tiến hành các cuộc tấn công mạng quy mô lớn nhằm vào các cơ sở thương mại Mỹ, làm gián đoạn nền kinh tế Mỹ và tiêu tốn hàng triệu đô la tiền chuộc để sửa chữa. Không thể so sánh quyết định của Biden với mối lo ngại về an ninh của Mỹ hay là về biến đổi khí hậu.

Điều này cũng đúng với nhiều ưu tiên và quyết định đặc trưng cho các lệnh phong tỏa và các lệnh bắt buộc người dân gây tranh cãi trong đại dịch Covid. Các chương trình nghị sự chính trị được biện minh qua các khủng hoảng khẩn cấp là công việc thường ngày. Cuộc khủng hoảng được dự đoán càng lâu dài thì càng tốt. Những biến đổi triệt để có thể được biện minh bằng nỗi sợ hãi và được thực hiện bằng quyền lực tuyệt đối chính là nỗi sợ hãi của người dân đối với chính quyền. Do đó, việc thay đổi thế giới – hoặc tái tạo thế giới – để giải quyết các cuộc khủng hoảng thật và hư cấu là mục đích chung của mọi chế độ chuyên chế ý thức hệ – Phát Xít, Quốc Xã và Cộng Sản – tàn phá nhân loại trong thời hiện đại.

"Thay đổi toàn bộ hệ thống" - đây là chương trình nghị sự thực sự của tất cả các âm mưu khủng hoảng khí hậu mà người Mỹ được cho là "không có sự lựa chọn." Nhưng dĩ nhiên, người Mỹ có quyền lựa chọn. Các quốc gia gây ô nhiễm nhất trên thế giới, chiếm khoảng một phần ba dân số, là Trung Cộng và Ấn Độ. Cả hai nước từ chối tuân thủ các hạn chế được đề nghị trong Hiệp Định Khí Hậu Paris. Do đó, nước Mỹ không cách gì đạt được các mục tiêu mong muốn của những kẻ lên tiếng báo động về khí hậu. Mặt khác, thay vì theo đuổi hệ thống "thắt lưng buộc bụng có kế hoạch," Mỹ có thể chọn cách tăng trưởng tổng sản lượng quốc gia với nền kinh tế thị trường tự do và sử dụng đòn bẩy của mình để thuyết phục Ấn Độ, Trung Cộng và các quốc gia chống đối phải thay đổi chính sách hủy hoại của họ.

Việc đưa ra một giải pháp cứu vãn ngày cùng của trái đất ¬¬– chẳng hạn như cái chết của hành tinh – để bác bỏ các hạn chế toàn trị của Green New Deal thật không có lý do thực dụng về mặt môi trường. Nhưng nó cung cấp một phương tiện cần thiết để buộc một "sự thay đổi toàn bộ hệ thống" mà những người coi trọng tự do và thịnh vượng sẽ không bao giờ chấp nhận, và nhiều người sẽ thách thức nếu nó dẫn đến diệt vong chứ chẳng phải là giải pháp thay thế. Khủng hoảng khí hậu, tận thế là lý do biện minh;

là kết quả hạ tầng cơ sở của một nhà nước toàn trị.

Cuộc Lãng Phí Và Hủy Hoại Vô Tiền Khoáng Hậu

Đảng Dân Chủ giành được đa số duy nhất với một phiếu bầu tại Thượng Viện sau cuộc bầu cử năm 2020. Trong giới hạn của truyền thống chính trị Hoa Kỳ, các đạo luật sâu rộng, thay đổi xã hội – chẳng hạn như An Sinh Xã Hội và Medicare – luôn được đa số lưỡng đảng thông qua. Điều này đúng cho đến khi Đạo Luật Chăm Sóc Chi Trả Được (hay còn gọi là Obamacare), đạo luật nầy ảnh hưởng đến 1/6 nền kinh tế Mỹ mà các đảng viên Dân Chủ cấp tiến cố tình thông qua mà không cần một lá phiếu nào của đảng Cộng Hòa, mặc dù hàng chục đảng viên Cộng Hòa muốn ủng hộ nó.

Nghị trình lập pháp mà những người cấp tiến của chính quyền Biden khởi xướng là chương trình lớn nhất, tốn kém nhất trong lịch sử Hoa Kỳ. Kế hoạch cấp tiến vĩ đại nhằm thay đổi thế giới bao gồm ngân sách một năm trị giá 6 nghìn tỷ; "Kế Hoạch Cứu Nguy Nước Mỹ" trị giá 1,9 nghìn tỷ, 2 nghìn tỷ và 3,5 nghìn tỷ đề nghị cho hạ tầng cơ sở, và "Kế hoạch Hóa Gia đình Mỹ" trị giá 1,8 nghìn tỷ hoặc 15,2 nghìn tỷ và vẫn đang tiếp tục tăng.

Một nghìn tỷ đô la lớn như thế nào?

Xếp một tỷ tờ một đồng đô la sẽ cao 67,9 dặm. Một nghìn tỷ tờ một đô la cao 67,866 dặm. Một nghìn tỷ tờ một đồng đô la, được đặt nối tiếp nhau, sẽ trải dài 96.906.656 dặm – xa hơn khoảng cách từ trái đất đến mặt trời. Một trong những người giám sát cuộc chi tiêu hoang phí chưa từng có này là Bernie Sanders, nhân vật nổi tiếng nhất trong đảng Dân Chủ, Chủ Tịch Ủy Ban Ngân Sách Thượng Viện cũng là người suốt đời ngưỡng mộ các nền kinh tế cộng sản bị phá sản và nhà độc tài Cuba, kẻ đưa ra những quyết định theo chính sách chủ nghĩa Mác-xít quái dị khiến đất nước của Castro sụp đổ trong vòng chưa đầy một thế hệ. Đây là phương thức của đảng Dân Chủ đối với chính sách kinh tế lành mạnh, có tác động nghiêm trọng đến tương lai tài chính của đất nước.

Số tiền thu thuế thực tế cho năm tài chính 2020 là 3,86 nghìn tỷ, điều đó có nghĩa là để chi trả cho sự gia tăng mạnh mẽ của Biden trong chi tiêu chính phủ, cần phải tăng thuế ồ ạt gây thiệt hại cho nền kinh tế, cùng với việc in hàng trăm tỷ, nếu không muốn nói là hàng nghìn tỷ đô la tiền giấy gây ra lạm phát mà không được sự hỗ trợ.

Các chính sách của Biden gây ra hậu quả lạm phát rõ ràng ngay lập tức, một phần là do kết quả của việc họ quyết tâm đưa càng nhiều người vào quỹ trợ cấp của chính phủ càng tốt và trả tiền cho họ nếu họ không làm việc. Ví dụ, theo Kế Hoạch Cứu Nguy Nước Mỹ trị giá 1,9 nghìn tỷ, những người thất nghiệp được cung cấp 300 đô la một tuần ngoài các khoản trợ cấp khác mà Quốc Hội thông qua trong thời kỳ cao điểm của đại dịch. Các cơ sở thương mại buộc phải tăng giá và tăng lương để tuyển dụng công nhân, mặc dù ngay cả những khoản hối lộ do lạm phát này cũng không cứu họ thoát khỏI tình trạng phải đóng cửa khi thất bại. Điều này tạo ra một tình huống lạ lùng, khi các doanh nghiệp phải ngừng kinh doanh trong thời kỳ phục hồi kinh tế bởi vì họ không tìm được nhân viên để thuê mướn làm việc. Vào cuối tháng 6 năm 2021, có 10,1 triệu cơ hội việc làm chưa được tuyển dụng, mặc dù tỷ lệ thất nghiệp nói chung là 5,9%, trong đó lĩnh vực nhà hàng là 10,1%.

Trong vòng sáu tháng đầu tiên Biden tại vị, lạm phát gây thiệt hại nặng nề cho người Mỹ thuộc tầng lớp lao động và trung lưu. Giá gas tăng 33%; chi phí nhà ở tăng hơn 23%; và giá thịt tăng cao ở mức kỷ lục. Đồng đô la mất giá được thể hiện một khoản thuế lớn đối với tầng lớp trung lưu, tầng lớp lao động và người Mỹ nghèo mà Biden từng hứa rằng ông ta sẽ bảo vệ, nhiều lần ông ta nói rằng sẽ không tăng thuế một xu nào từ các cá nhân và gia đình kiếm được ít hơn $400.000 đô la một năm. Giống như rất nhiều lời hứa của Biden, lời hứa này cũng vô giá trị.

Tàng hình là nguyên tắc hoạt động của những người cấp tiến Biden – vì nó là sản phẩm của những người cấp tiến nói chung. Nói dối là một nhu cầu chính trị cần thiết đối với những người cấp tiến bởi vì về bản chất, các đề nghị cấp tiến của họ là quá cực đoan nên đa số người dân khó thể chấp nhận.

Các nền Dân Chủ phụ thuộc vào sự minh bạch trong chính phủ. Nhưng một chiến lược chính trị phổ biến là che giấu bản chất thực sự của luật pháp được đề nghị nhằm hạn chế sự giám sát của công chúng đối với nội dung của nó. Một ví dụ điển hình được cung cấp bởi các hóa đơn hạ tầng cơ sở trị giá hàng nghìn tỷ đô la của đảng Dân Chủ. Từ ngữ hạ tầng cơ sở được tự điển định nghĩa là "các cấu trúc và cơ sở vật chất và tổ chức căn bản (ví dụ: tòa nhà, đường xá, nguồn điện) cần thiết cho hoạt động của một xã hội hoặc công thương nghiệp." Và nó là như thế cho đến khi những người cấp tiến Biden tiết lộ các dự luật chi tiêu của họ. Theo CNN mô tả, dự luật hạ tầng cơ sở của Biden "sẽ cung cấp 400 tỷ để tăng cường chăm sóc cho người Mỹ già và tàn tật. Kế hoạch của ông sẽ mở rộng khả năng dành cho các dịch vụ chăm sóc dài hạn theo Medicaid, loại bỏ danh sách chờ đợi cho hàng trăm nghìn người. Nó sẽ mang lại nhiều cơ hội hơn cho mọi người được chăm sóc tại nhà thông qua các dịch vụ dựa trên cộng đồng hoặc từ các thành viên trong gia đình."

Dự Luật Hạ Tầng Cơ Sở, một tài liệu dài 2,700 trang mà không ai đọc nó khi bỏ phiếu—cũng bao gồm 3,5 tỷ cho y tế Ấn Độ, $2 tỷ cho Cơ Quan Bảo Vệ Môi Trường, 455 triệu cho Cá & Động Vật Hoang Dã và 50 triệu để nghiên cứu các cách đánh thuế sử dụng đường sá trên mỗi dặm. Cuối cùng, chỉ có 10%

của dự luật thực sự được dành cho hạ tầng cơ sở. Các chương trình được tài trợ có thể xứng đáng hoặc không xứng đáng được hỗ trợ, ví dụ, đặt đồng hồ đo thuế đối với ô tô – một trong những danh mục trong dự luật tấn công vào một trong những quyền tự do căn bản nhất của người Mỹ và sẽ gây tổn hại nhiều nhất cho những người Mỹ nghèo nhất.

Nhưng nó được bán dưới dạng đầu tư vào hạ tầng cơ sở, những đề nghị sử dụng tiền này của người nộp thuế không bao giờ được trình bày trước để có cuộc tranh luận khiến các nền Dân Chủ thích hợp hơn với các xã hội được cai trị từ trung tâm và vận hành từ trên xuống.

Dưới làn sóng chỉ trích từ các đảng viên Cộng Hòa, những người coi dự luật là "danh sách mong ước của chủ nghĩa xã hội," đảng Dân Chủ chia các đề nghị của họ thành hai dự luật, dự luật thứ hai có giá 3,5 nghìn tỷ đô la và thường được gọi là "Dự Luật Hạ Tầng Cơ Sở Cho Con Người." Dự luật này được ban biên tập New York Post mô tả là "một nỗi kinh hoàng nhằm biến nước Mỹ thành quốc gia phúc lợi trong giấc mơ của Bernie Sanders. Nó sẽ tăng thuế đối với các ngành công cơ sở thương mại và những người giàu có để tạo ra nhiều quyền lợi mới: Giáo dục phổ quát cho các trường mầm non phổ thông, đại học cộng đồng miễn phí, gia đình được trả lương và nghỉ phép y tế. Nó sẽ mở rộng các phúc lợi của Medicare trong khi giảm độ tuổi để đủ điều kiện tham gia chương trình, đổ nhiều tiền hơn vào các khoản trợ cấp năng lượng xanh và thậm chí cung cấp thẻ xanh và tình trạng thường trú cho những người nhập cư bất hợp pháp." Nó được mô tả là "sự mở rộng lớn nhất của các chương trình phúc lợi Liên Bang trong 60 năm" mặc dù không ai có thể nói chắc chắn vì dự luật không có sẵn trước cuộc bỏ phiếu. Vào nửa đêm ngày 10 tháng 8, các đảng viên Dân Chủ tại Hạ Viện thông qua dự luật mà không có một lá phiếu nào của đảng Cộng Hòa.

Có lẽ khía cạnh sâu rộng và tiết lộ nhất của các dự luật lừa đảo của đảng Dân Chủ là cải cách Tín Dụng Thuế Trẻ Em, cung cấp 300 đô la cho mỗi đứa trẻ trong một gia đình. Chính quyền Biden quảng cáo là "cắt giảm thuế cho người lao động và gia đình của Mỹ," thực tế không phải như vậy. Như lời của ông Robert, Hiệu trưởng của Quỹ Di Sản giải thích: "Trên thực tế, kế hoạch sẽ không giảm thuế dài hạn cho các gia đình lao động có con. Ngay cả trong ngắn hạn, khoảng 74% viện trợ sẽ được dùng để trợ cấp tiền mặt cho các gia đình không nợ thuế thu nhập; chỉ 26% sẽ được giảm thuế. Nhưng ngay cả việc giảm thuế có giới hạn này cũng sẽ chỉ là tạm thời và kết thúc vào năm 2025. Thay vì giảm thuế, hầu hết các điều khoản ngắn hạn và lâu dài của kế hoạch sẽ trợ cấp tiền mặt cho các gia đình không đi làm hoặc làm việc tương đối ít. Kế hoạch này cũng sẽ hỗ trợ một cách không tương xứng những người chưa kết hôn thay vì những người lập gia đình."

Ưu tiên sau phản ánh cuộc chiến của phe cực tả chống lại gia đình và làm nổi bật vấn đề chính của các kế hoạch không tưởng: sự xa rời thực tế xuất phát từ việc thay thế các bài học kinh nghiệm bằng các giáo điều ý thức hệ. Trả tiền cho những người không làm gì đang làm mất tinh thần và tạo ra sự phụ thuộc, và đó là lý do hàng nghìn tỷ đô la chi trả phúc lợi trong hơn một phần tư thế kỷ không có tác động gì đến mức độ nghèo đói. Điều này thúc đẩy cải cách phúc lợi của Clinton vào năm 1996, với đặc điểm trung tâm là áp đặt các yêu cầu công việc đối với những người nhận sự hổ trợ của chính phủ.

Ông Robert cũng tóm tắt tác động của cải cách: "Kết quả của sự thay đổi này thật ấn tượng. Sự phụ thuộc phúc lợi giảm mạnh; việc làm tăng đột biến. Tỷ lệ trẻ em sống trong nghèo khổ đóng băng trong gần một phần tư thế kỷ, và giảm đáng kể. Ngày nay, tỷ lệ nghèo đói trong các gia đình độc thân có tỉ lệ thấp hơn khoảng 60% so với trước cải cách."

Nói cách khác, trái ngược với luận điệu của chính quyền Biden, "trọng tâm chính và đặc điểm lâu dài duy nhất của chính sách trợ cấp trẻ em của nó, sẽ không phải là giảm thuế mà là loại bỏ tất cả các yêu cầu công việc và khuyến khích làm việc ra khỏi chương trình tín dụng trẻ em hiện tại. Khi theo đuổi sự thay đổi này, chính quyền rõ ràng tìm cách lật ngược nền tảng của cải cách phúc lợi được thiết lập dưới thời Tổng Thống Clinton" – nói ngắn gọn là thụt lùi thời gian về phúc lợi 25 năm.

Cấp Tiến Và Phản Động

Kế hoạch thụt lùi này vạch trần sự lừa dối của trung tâm đầu não dưới chế độ Biden, họ tuyên bố rằng đây là chính quyền tiến bộ nhất từ trước đến nay. Trong thực tế, nó là phản động nhất. Ý nghĩa duy nhất của các chính sách của Biden và Green New Deal có thể được cho là tiến bộ, là chúng thúc đẩy các chương trình nghị sự của một hệ tư tưởng cấp tiến bị mất uy tín. Những tác động trong thế giới thực của chúng là cản trở sự tiến bộ của Hoa Kỳ – trong các mối quan hệ chủng tộc, trong việc tạo ra một nền kinh tế hiệu quả và trong việc nuôi dưỡng một cộng đồng dân cư có học thức, có đầu óc công bằng và tuân thủ luật pháp – từ 50 đến 100 năm.

Hệ tư tưởng tiến bộ quen thuộc giống như tầm nhìn của cộng sản về một sự bình đẳng trong tương lai dựa trên sự ép buộc của chính phủ. Mọi người thường quên rằng "sự bình đẳng" mà các đảng viên Dân Chủ thường nói đến thực ra lại là mục tiêu được tuyên bố của các nhà toàn trị theo chủ nghĩa Marx ở khắp mọi nơi: Họ tìm cách sử dụng quyền lực của chính phủ để buộc mọi người phải "bình đẳng" – tất nhiên là ngoại trừ các nhà lãnh đạo đảng, những người mà George Orwell giải thích trong Trại Súc Vật, bình đẳng hơn những người khác. Sự khác biệt chỉ duy nhất một từ trong ngôn ngữ, không phải là sự kết thúc.

Do đó, một trong những điều khoản trong dự luật cơ sở hạ tầng của đảng Dân Chủ là tăng gần như gấp đôi thuế lãi suất từ 20% lên 39,6% để chi trả cho các khoản trợ cấp cho những người không có việc làm. Điều này có lẽ sẽ làm tăng nhẹ bình đẳng thu nhập nhưng nó chắc chắn sẽ làm tổn hại đến các khuyến khích đầu tư tạo ra sự thịnh vượng chung. Việc tăng thuế cơ sở thương mại như chính quyền Biden dự định sẽ làm giảm khả năng cạnh tranh của cơ sở thương mại và thu hẹp lợi ích từ sự thành công của họ mang lại cho những người Mỹ bình thường. Đằng sau mọi đề nghị hỗ trợ con nợ bằng cách xóa nợ, hoặc trừng phạt chủ nhà khi người thuê không trả được tiền thuê nhà, là cuộc chiến giai cấp của Marx chống lại những người thành công và ân nhân của xã hội.

Cuộc chiến này được thúc đẩy bởi cảm giác ghen tỵ và oán giận, hơn là sự yêu chuộng công lý. Chủ nghĩa xã hội là trộm cắp. Điều gì là trộm cắp? Mục tiêu tiến bộ, được diễn đạt như một lý tưởng, được thể hiện trong học thuyết rất nổi tiếng khá thịnh hành của Marx dành cho các xã hội: "Làm theo năng lực, hưởng theo nhu cầu." Nhưng bao nhiêu cho đủ, và làm thế nào để biết một cá nhân thực sự cần bao nhiêu? Các thành phố và tiểu bang của đảng Dân Chủ đang trả từ $40,000 đến $100.000 để đáp ứng nhu cầu được cho là của những người vô gia cư, kết quả là tình trạng vô gia cư gia tăng nhanh chóng và những người vô gia cư từ chối hoặc không thể làm việc ngày càng trở nên hung hăng và phá phách hơn. Điều mà những người vô gia cư có thể thực sự cần là khôi phục luật về người lang thang và chuyển đến các cơ sở nơi các vấn đề tâm thần và chứng nghiện chất kích thích của họ để có thể hướng dẫn họ sống trong một môi trường an toàn và có thể được giải quyết. Đưa họ ra khỏi đường phố và bảo vệ họ (và những người khác) có vẻ là cách nhân đạo nhất để giải quyết vấn đề – không cho họ thuê những phòng khách sạn đắt tiền, theo chính sách của cánh tả.

Tương tự như vậy, "tuỳ theo năng lực của mỗi người" có nghĩa là gì trong thực tế? Động lực nào cần thiết để thúc đẩy một cá nhân xây dựng Microsoft hoặc Tesla? Những người theo chủ nghĩa xã hội không có câu trả lời, bởi vì họ không quan tâm đến động lực và sự khuyến khích của con người, giống như họ quan tâm đến tính cách con người nói chung. Nếu không, họ sẽ không ngừng khuyến khích những bộ phận không thay đổi và thất bại trong xã hội ngừng làm việc, tiếp tục thói quen phá hoại và không nỗ lực cải thiện kỹ năng hoặc mở rộng khả năng của họ. Các đảng viên Dân Chủ cũng không nên có ý định trừng phạt một cách thiếu suy nghĩ đối với những người thúc đẩy và lay chuyển một thế giới mang lại sự thịnh vượng và tiện nghi ngày càng tăng. Các giải pháp tiến bộ thực sự sẽ là phần thưởng cho thành tích và nỗ lực làm việc. Không khoan dung và khuyến khích những kẻ ăn bám, những con đỉa và những cá nhân tự hủy hoại bản thân.

Chủ nghĩa Marx – hiện nay được ngụy trang và đổi tên thành chủ nghĩa cấp tiến – là một tín ngưỡng phản động bị mất uy tín quá nhiều lần, và không thể chấp nhận, trong hơn một thế kỷ khi đưa vào thực hành. Những thí nghiệm thất bại về sự bình đẳng, được thực hiện từ Nga đến Campuchia, dẫn đến cái chết của hơn 100 triệu người dưới bàn tay của chính phủ họ. Tội ác của họ luôn giống nhau: chống lại những kế hoạch tốt để làm tê liệt cuộc sống được đưa ra dưới danh nghĩa công bằng, tiến bộ xã hội. Là một quốc gia được thành lập bởi những người theo chủ nghĩa hiện thực bảo thủ, Mỹ chứng minh một ví dụ ngược: làm thế nào một quốc gia dựa trên những quan sát đúng đắn về tính cách con người có thể phát triển mạnh và trở thành thỏi nam châm thu hút những người mơ ước được nhập cư từ khắp nơi trên thế giới. Những người sáng lập nước Mỹ, giống như kiến trúc sư Hiến Pháp James Madison, hiểu ngay từ đầu những gì thúc đẩy một công dân đạt được năng suất và sáng tạo về mặt xã hội luôn đòi hỏi, điều hoàn toàn trái ngược với những gì mà những người theo chủ nghĩa Marx và đảng Dân Chủ đề xướng. Ví dụ, khi đề nghị các biện pháp ngăn chặn âm mưu của các phe đảng cấp tiến, Madison mô tả các chủ đề chính xác của chương trình nghị sự phe cấp tiến: "Cơn thịnh nộ đối với tiền giấy, bãi bỏ các khoản nợ, chia tài sản bình đẳng, hoặc bất kỳ hành vi sai trái nào khác hoặc dự án xấu xa..." Madison viết, những nguyên nhân phá hoại này sẽ "ít có khả năng xâm nhập vào toàn bộ cơ thể của Liên Minh" nếu Mỹ có một hệ thống kiểm tra và cân bằng để bảo vệ các nhóm thiểu số và ngăn chặn việc thiết lập chế độ chuyên chế của đa số.

Chú thích: * "They saw blood in the water" là một thành ngữ. Nghĩa đen của nó là nói về con những con cá mập nhìn thấy máu loang trong nước là cơ hội tốt để tấn công con mồi. Nghĩa bóng là kẻ xấu nhận ra điểm trí mạng của đối thủ để tìm cách tấn công, phá hoại.

CHƯƠNG 8

Đạo Luật Orwell

Những người tiến bộ tìm kiếm một sự chuyển đổi căn bản của xã hội, trong đó họ tuyên bố sẽ thiết lập hòa bình, công lý và công bằng như những mệnh lệnh của thời đại. Vậy thì tại sao họ lại giết nhiều người như vậy trong thời bình và tước đoạt tự do của rất nhiều người khác trong các trại tù và các trại tập trung? Đây là một câu hỏi cần được xem xét kỹ hơn trước khi những người Mỹ cấp tiến tiếm đoạt quyền lực và tiến đến nhà nước độc đảng.

Câu trả lời cần phải rõ ràng. Khi một tầng lớp tinh hoa chính nghĩa trở thành một đảng được trang bị với lòng hận thù và tiến từng bước hướng tới mục tiêu ý thức hệ của họ, và khi chính đảng này bắt đầu biến đổi xã hội thành một vương quốc chính trị đúng đắn, thì lúc đó họ sẽ dùng tất cả mọi phương tiện để kiểm soát nhằm đạt được mục tiêu hoàn hảo mà họ mong muốn. Từ đó, họ tìm cách triệt hạ các đảng phái khác bất đồng chính kiến, trừng phạt bất cứ một hành động vi phạm nào cho dù nhỏ nhặt, trấn áp mọi bất đồng quan điểm khác.

Hiện tại, những người cấp tiến ở Mỹ và Tây phương tìm cách lên án một số cách sử dụng đại danh từ thông thường để thỏa mãn đòi hỏi của cộng đồng woke (chủ nghĩa thức tỉnh do nhóm tả khuynh lập ra) LGBTQI cánh tả. Hiện tại, đảng Dân Chủ Biden khẳng định tước bỏ quyền sở hữu tài sản của các chủ nhà mà họ phải mất cả đời mới có thể kiếm được, và buộc chuyển tài sản của họ cho những người kém chăm chỉ làm việc hoặc không mấy thành công. Tất cả đều nhân danh công lý.

Hiện tại, nếu bạn là người da trắng nhưng không thừa nhận một chỗ làm đa dạng thì chính màu da của bạn khiến bạn trở thành người theo chủ nghĩa da trắng thượng đẳng, chưa kể bạn bị mất việc làm và có thể mất luôn cả sự nghiệp. Hiện tại, đảng Dân Chủ chính thống đang có kế hoạch áp đặt thẻ thông hành nội địa (internal passports) cho toàn dân, đặt quyền tự do đi lại và quyền sử dụng các dịch vụ của họ dưới sự quyền kiểm soát của chính phủ. Hơn nữa, tất cả những tham vọng chuyên chế này đều nằm trong tầm tay của một đảng chỉ chiếm đa số một phiếu trong Quốc Hội gồm 535 thành viên và ở một đất nước bị chia rẽ trầm trọng về các vấn đề về cuộc sống, tự do và mưu cầu hạnh phúc. Đó là sức mạnh khủng khiếp và đáng sợ của lòng nhiệt thành về ý thức hệ được biện minh bởi các cuộc khủng hoảng lớn lao và tựu trung hầu hết là sự bất bình đẳng xã hội do tưởng tượng mà ra.

Đạo Luật Bình Đẳng

Ngay trước cuộc bầu cử tổng thống, Chủ tịch Hạ Viện Pelosi đặt ra chương trình nghị sự của Quốc Hội lần thứ 117 với hai đạo luật chính được thiết lập nhằm thúc đẩy mục tiêu hình thành một nhà nước toàn trị. Một trong những luật này bà ấy đặt tên một cách lừa đảo là Đạo Luật Bình Đẳng, trình bày nó bằng những thuật ngữ đạo đức như sau:

"Đất nước của chúng ta được thành lập dựa trên lời hứa rằng tất cả mọi người sinh ra đều bình đẳng, xứng đáng với phẩm giá và sự tôn trọng, bất kể họ là ai hay họ yêu ai. Với việc tái áp dụng Đạo luật Bình Đẳng, các đảng viên Dân Chủ trong Quốc Hội đang đưa ra lời cam kết vang dội đối với sự thật này:"Rằng tất cả người Mỹ phải được đối xử bình đẳng trước pháp luật, không chỉ ở nơi làm việc mà ở mọi nơi. Hạ Viện đảng Dân Chủ giờ đây sẽ nhanh chóng thông qua đạo luật mang tính bước ngoặt này và sẽ tiếp tục làm việc cho đến khi dự luật sau cùng được ban hành thành luật để chúng ta có thể chống lại sự phân biệt đối xử chống LGBTQ, đang làm suy yếu nền dân chủ của chúng ta và thúc đẩy công lý ở Mỹ."

Nghe những lời này, thiên hạ sẽ không hề biết rằng Đạo luật Bình Đẳng trên thực tế là đạo luật có thể sẽ phá hủy quyền căn bản nhất của người Mỹ và tất cả nền tảng của các quyền khác được Hiến Pháp bảo đảm như: quyền tự do tư tưởng. Chiến tranh là hòa bình! Tự do là chế độ nô lệ! Ngay chính Orwell cũng không thể diễn tả hay hơn câu nói mang 2 ý nghĩa của Pelosi.

Đạo luật Bình Đẳng bề ngoài là một biện pháp nhằm mở rộng các điều khoản chống phân biệt đối xử trong các đạo luật dân quyền bao gồm cả khuynh hướng tính dục và nhân dạng giới tính. Nhưng trên thực tế, đó là đạo luật nhằm giải quyết một số vấn đề gây tranh cãi nhất trong đời sống người Mỹ như: – phá thai và chuyển giới – qua các sắc lệnh của chính phủ; đó là một đề nghị nhằm giải quyết những vấn đề gây tranh cãi này bằng cách đưa ra các quan điểm cực đoan của Pelosi và những người quá khích ủng hộ bà ấy bằng sức mạnh của pháp luật. Trên thực tế, Đạo luật Bình Đẳng lấn lướt vì trao cho chính phủ quyền xác định lại thế nào là đàn ông hay phụ nữ đối với tất cả người Mỹ và thực hiện điều đó qua đa số phiếu tại Thượng viện.

Sự biện minh cho luật pháp được cho là dựa trên khoa học và sự thật. Trên thực tế, các lý thuyết về người chuyển giới đằng sau Đạo luật Bình Đẳng đi ngược lại với lý thuyết và thực tiễn y học được thiết lập. Emilie Kao thuộc Quỹ Di Sản giải thích dưới đây:

"Vì lý thuyết về giới tính xác nhận rằng cơ thể có thể sửa đổi để phù hợp với nhận thức của bản thân, các bác sĩ điều trị chứng phiền muộn (dysphoria) không giống như các chứng rối loạn khác liên quan đến hình ảnh cơ thể. Với các chứng rối loạn tâm thần khác, các bác sĩ tìm cách giải quyết các vấn đề tiềm ẩn dẫn đến một quan niệm không chính xác hoặc có hại. Thông thường, các bác sĩ và nhà tư vấn không khẳng quyết được những hình ảnh sai lệch về bản thân của bệnh nhân. Thay vì bảo những cô gái thích thể thao và hoạt động ngoài trời phải chịu sự biến dạng vĩnh viễn, các nhà tư vấn và bác sĩ có thể kéo dài thời con gái ngoài việc ăn mặc và bếp núc. Và những chàng trai thích nghệ thuật và thời trang vẫn không sao, chứ không phải nói rằng họ là những cô gái bị tàng ẩn trong một cơ thể đàn ông."

Giống như trong các lĩnh vực chuyển dạng căn bản khác, vấn đề chuyển giới có rất nhiều phức tạp mà những người ủng hộ không muốn một ai biết. Về căn bản nguyên thủy, không có căn cứ khoa học nào cho việc chuyển giới. Quan niệm cho rằng phụ nữ bị ẩn tàng trong cơ thể đàn ông và ngược lại dựa trên sự suy đoán chứ không dựa trên các quá trình sinh học có thể xác định được. Trên thực tế, đối với đa số những người tự xưng là chuyển giới và trải qua phẫu thuật, thì sự chuyển đổi này không giải quyết được các vấn đề tâm lý khiến họ phải quyết định chuyển đổi giới. Phần lớn những người trải qua quá trình chuyển đổi đều bày tỏ sự hối tiếc về sau.

Kể cả những con số đáng lo ngại không kém là tự tử.

Chuyện đáng nói là cách giải quyết của đảng Dân Chủ khi áp dụng vào quyền lực chính phủ thì đại đa số người Mỹ không nghĩ giới tính là một sự lựa chọn và không nghĩ rằng trẻ em chưa đủ tuổi thành niên phải chịu các biện pháp ngăn chặn dậy thì trong tiến trình chuyển đổi giới tính sẽ thay đổi cuộc sống của họ mãi mãi.

Hoặc họ cũng không cảm thấy thoải mái với luật pháp ngăn cản những người Mỹ đạo đức thực hành đức tin của họ. Theo Đạo luật Bình Đẳng, các bệnh viện tôn giáo và các bác sĩ nói chung sẽ bị yêu cầu phải thực hiện phẫu thuật cắt bỏ cặp ngực đối với những cô gái tuổi dậy thì mắc chứng "rối loạn giới tính." Hệ tư tưởng cánh tả vốn cực kỳ không khoan dung với những người không đồng tình với họ, thể hiện qua cuộc đàn áp kéo dài chín năm đối với một thợ làm bánh ở Colorado vì từ chối trang trí một chiếc bánh kỷ niệm "hôn nhân đồng tính và chuyển đổi giới tính." Theo Đạo luật Bình Đẳng, các bệnh viện Công giáo và người chăm sóc từ chối thực hiện phá thai vì đi ngược với niềm tin của họ sẽ bị xem là vi phạm pháp luật.

Việc cấm tự do biểu hiện lương tâm tôn giáo là vi phạm trực tiếp Tu chính án thứ nhất, nền tảng của nền dân chủ Hoa Kỳ. Tuy nhiên, các đảng viên Dân Chủ, được sự hậu thuẫn của Obama và Biden, theo đuổi, đàn áp và trừng phạt các tổ chức Thiên Chúa giáo như Dòng Tiểu Muội Của Người Nghèo (Little Sisters of the Poors) trong nhiều thập niên. Đạo luật Bình Đẳng sẽ hoàn thành nhiệm vụ tiêu diệt các tổ chức Thiên Chúa giáo hoàn toàn.

Những âm điệu kiểu Orwellian của đạo luật này nghe thật chói tai. Đảng Dân Chủ trình bày dự luật của họ như một đạo luật then chốt được thiết lập nhằm mang lại quyền căn bản bình đẳng cho mọi người Mỹ. Nhưng trên thực tế, Đạo luật Bình Đẳng phủ nhận quyền căn bản nhất của tất cả những người Mỹ không đồng ý với nó.

Vấn đề đối với lời tuyên bố của đảng Dân Chủ rằng họ chỉ đơn thuần mở rộng đạo luật về quyền công dân nhằm chấm dứt sự phân biệt chủng tộc ở miền Nam và phân biệt chủng tộc trên khắp nước Mỹ là: "Vào thời điểm đạo luật đó được thông qua, luật nhận được sự ủng hộ của đa số người dân Mỹ. Tại Quốc Hội, Đạo luật Dân quyền năm 1964 được thông qua với đa số áp đảo 363 so với 157. Bảy mươi tám phần trăm số phiếu "không" tại Thượng viện là của các đảng viên Dân Chủ, những người cố gắng ngăn chặn Đạo luật bằng cách làm rối loạn (câu giờ) cuộc bỏ phiếu (filibuster) bao gồm cả các cơ quan ở miền Nam, những người theo chủ nghĩa phân biệt chủng tộc. Bảy mươi bốn phần trăm số phiếu "không" tại Hạ Viện là do các đảng viên Dân Chủ bỏ phiếu.

Lấy cảm hứng từ chiến thắng trong Thế chiến thứ hai của Mỹ trước một "chủng tộc bậc thầy" (master race) và bởi phong trào Dân Quyền bất bạo động được tổ chức nhằm tạo ra một xã hội "không phân biệt màu da" (color-blind), người Mỹ với tư cách là một công dân đi đến kết luận rằng sự phân biệt chủng tộc không có chỗ đứng trong đời sống xã hội Mỹ. Vậy mà khi đề cập đến vấn đề chuyển giới hoặc phá thai, chính phủ lại không có một tầm nhìn hoặc sự đồng thuận nào giống như thế. Thay vào đó, những động lực gây ra chia rẽ, luật pháp đảng phái và sự ép buộc của chính phủ là ưu tiên hàng đầu, một mệnh lệnh để xé tan đất nước.

Đa Số Một Nửa + Thêm Một Phiếu Bầu Của Đảng Dân Chủ

Trong một nền dân chủ, Đảng nào chiếm đa số phiếu cử tri là nắm quyền hành đất nước. Do đó, đảng Dân Chủ trong nhiều thập niên tập trung sức lực vào việc định hình lại bản đồ bầu cử. Mở cửa biên giới phía Nam giữa đại dịch toàn cầu là một chiến lược thảm khốc để đạt được điều này. Với sự liều lĩnh không kém, đảng Dân Chủ tập trung vào việc gian lận tiến trình bỏ phiếu. Họ thực hiện điều này một cách trắng trợn nhất thông qua các chiến dịch có sự tham gia của hàng nghìn đặc vụ nhằm đảo ngược các khuyến nghị của Ủy ban Carter-Baker lưỡng đảng năm 2005 về Cải Cách Bầu Cử Liên Bang. Nói cách khác, bằng cách thay đổi một cách có hệ thống các luật bầu cử để khiến việc gian lận trở nên dễ dàng hơn.

Vào ngày cuối cùng của cuộc bầu cử năm 2020, đảng Cộng Hòa chiếm đa số hơn hai người tại Thượng viện. Điều này sẽ cho phép họ ngăn chặn toàn bộ chương trình nghị sự lập pháp của đảng Dân Chủ và ngăn chặn việc chuyển đổi nền kinh tế và trật tự xã hội Mỹ thành một nhà nước phúc lợi lớn trong đó chính phủ can thiệp vào mọi khía cạnh của đời sống người dân. Họ có thể ngăn chặn được sự xâm chiếm đất nước của hàng triệu người di cư bất hợp pháp từ hơn 100 quốc gia dưới sự bảo trợ của các tập đoàn ma túy trị giá hàng tỷ đô la buôn lậu fentanyl và các loại ma túy chết người khác do Trung Cộng cung cấp với số lượng kỷ lục. Họ có thể ngăn chặn được hàng trăm nghìn người mang mầm bệnh Covid và hàng chục nghìn tội phạm hình sự bị kết án, tất cả đều vô hình (được bỏ qua) đối với các cơ quan chính phủ và nạn nhân tương lai của họ, biến nước Mỹ thành quê hương của họ.

Bức tường lửa này của đảng Cộng Hòa phụ thuộc vào việc tái đắc cử của hai thượng nghị sĩ đảng Cộng Hòa Georgia – David Perdue và Kelly Loeffler – những người không đạt được hơn 50% số phiếu bầu và đang phải đối mặt với thách thức vòng hai từ hai đảng viên Dân Chủ cấp tiến, Raphael Warnock và Jon Ossoff. Cả hai đều giành chiến thắng trong vòng hai, cho phép sự chuyển đổi căn bản nhất của nền kinh tế và trật tự xã hội Mỹ diễn ra với tỷ lệ chênh lệch 1%.

Biden giành chiến thắng trong cuộc tổng tuyển cử ở bang đỏ Georgia với số phiếu cuối cùng là 11.779 phiếu trong tổng số khoảng 5 triệu phiếu bầu, 0,25% số phiếu bầu. Đảng Cộng Hòa cực lực phản đối kết quả này. Ủy ban Carter-Baker năm 2005 khuyên tất cả các tiểu bang của Hoa Kỳ rằng nhằm để bảo đảm các cuộc bầu cử tự do và công bằng, họ nên tăng các yêu cầu về thẻ căn cước cử tri và giảm thiểu việc sử dụng các lá phiếu gửi qua đường bưu điện, vốn "vẫn là nguồn gian lận cử tri tiềm ẩn lớn nhất." Nhưng trong cả cuộc bầu cử vào tháng 11 năm 2020 và cuộc bầu cử cuối cùng vào Thượng viện vào tháng 1 năm 2021, Georgia nới lỏng rất nhiều các yêu cầu về giấy tờ tùy thân đối với số lượng lớn người bỏ phiếu qua đường bưu điện. Điều này rất có ý nghĩa, vì thực tế là người dân Georgia gửi hơn 1 triệu phiếu bầu qua đường bưu điện trong các cuộc bầu cử vào tháng 11 năm 2020 và trong mỗi cuộc bầu cử vòng hai vào Thượng viện vào tháng 1 năm 2021, và số phiếu thắng cũng rất ít.

Georgia làm thế nào để thay đổi các quy tắc bầu cử vào năm diễn ra cuộc bầu cử tổng thống quan trọng? Vào ngày 6 tháng 3 năm 2020, Ngoại trưởng đảng Cộng Hòa, một đảng viên Cộng Hòa chống Trump tên là Brad Raffensperger ký một sắc lệnh đồng thuận với các viên chức của đảng Dân Chủ Georgia, Ủy Ban Chiến Dịch Vận Động Thượng Viện của đảng Dân Chủ và Ủy Ban Chiến Dịch Vận Động Quốc Hội của đảng Dân Chủ. Thông qua nghị định này, ông ký kết "Thỏa Thuận Giải Quyết Thỏa Hiệp và Thực Hành." Thỏa thuận đó thay đổi các yêu cầu theo luật định – như được quy định trong Bộ luật Georgia mang tên 21-2-386(a)(1)(B.71) –nhằm để xác minh chữ ký trên phong bì phiếu bầu vắng mặt để xác nhận danh tính của cử tri.

Người đóng vai trò chủ chốt của đảng Dân Chủ trong thỏa thuận này là Marc Elias của công ty luật Perkins Coie ở Washington, D.C. Elias trước đây từng giữ chức Cố vấn trưởng cho cả chiến dịch tranh cử tổng thống của Hillary Clinton năm 2016 và Ủy Ban Quốc Gia đảng Dân Chủ và từng là nhân vật chủ chốt trong trò lừa bịp Russiagate thúc đẩy hai nỗ lực thất bại nhằm truất phế Tổng Thống Trump khỏi chức vụ với sự giúp đỡ của KGB.

Đảng Cộng Hòa phản đối rằng thỏa thuận Georgia rõ ràng là vi hiến. Hiến Pháp Hoa Kỳ quy định rằng các quy tắc bầu cử được đặt ra bởi cơ quan lập pháp của các tiểu bang chứ không phải bởi các viên chức như Ngoại trưởng Georgia Raffesnsperger. Nhưng những sự phản đối của họ đều vô ích. Các quy tắc vi hiến tương tự được áp dụng cho vòng chung kết ngày 5 tháng 1 (trong cuộc bầu cử Thượng viện tại Georgia).

Sự bê bối hiển nhiên diễn ra trong cuộc bầu cử năm 2020 có tác động rõ ràng là làm mất niềm tin của các cử tri đảng Cộng Hòa khi cuộc bầu cử vòng hai được tổ chức vào tháng 1 năm 2021. Sự bực bội đầy thất vọng của đảng viên Cộng Hòa đối với những gì được coi là một cuộc bầu cử gian lận dẫn đến một tỷ lệ không đi bầu cao trong số cử tri đảng Cộng Hòa; họ từ chối tham gia cuộc bầu cử ngày 5 tháng 1. Một phân tích của Tạp chí Atlanta-Journal-Constitution cho thấy sau khi Warnock và Ossoff đủ điều kiện tham gia vòng hai vào tháng 1, (a) hơn 752.000 cử tri Georgia bỏ phiếu trong cuộc bầu cử tháng 11 năm 2020 không bỏ phiếu lại và (b) hơn một nửa số người vắng mặt trong tháng Giêng là người da trắng và nhiều người trong số họ sống ở khu vực nông thôn, những khu vực bầu cử thường có xu hướng bỏ phiếu cho đảng Cộng Hòa. Như một người Cộng Hòa Georgia chán nản nói sau khi quyết định không bỏ phiếu trong vòng hai: "Bỏ phiếu sẽ có ích lợi gì? Họ thay đổi các lá phiếu. Tôi không biết liệu mình có bỏ phiếu nữa không."

Tại Georgia, nơi tỷ lệ chiến thắng cuối cùng của Biden chỉ là 11.779 phiếu bầu, Trump và nhóm pháp lý của ông tuyên bố rằng các lá phiếu bất hợp pháp được bỏ phiếu bởi hoặc nhân danh (a) hơn 2.500 trọng tội, (b) 66.247 cử tri chưa đủ tuổi, (c) 2.423 cử tri chưa ghi danh, (d) 4.926 cá nhân không ghi danh trước thời hạn cho phép ghi danh cử tri của tiểu bang, (e) 395 cá nhân bỏ phiếu ở Georgia và một tiểu bang khác, (f) 40.279 người di chuyển qua các quận hạt trong Georgia mà không ghi danh lại tại quận cư trú mới của họ, (g) 30.000 đến 40.000 người có lá phiếu vắng mặt thiếu chữ ký hợp lệ, có thể kiểm chứng được, (h) 20.311 cử tri chuyển ra khỏi tiểu bang và do đó không còn đủ điều kiện bỏ phiếu ở Georgia và (i) 10.315 người chết.

Cố Gắng Giải Quyết Vấn Nạn

Sau khi nhường sân chơi cho những kẻ dàn xếp bầu cử của đảng Dân Chủ và thua cuộc trong cuộc bầu cử quốc gia, đảng Cộng Hòa không thể phủ nhận tầm quan trọng của những gì diễn ra nữa. Trên khắp đất nước, những đảng viên Cộng Hòa gần như nhường cho một mình Trump tiến hành cuộc chiến giành tính liêm chính trong bầu cử, trong nỗ lực ngăn chặn thất bại năm 2020 trở thành vật cố định lâu dài của một quốc gia độc đảng. Đảng Cộng Hòa Georgia dưới con mắt bão dữ dẫn đầu (thái độ này). Họ thành lập Ủy Ban Đặc Biệt Georgia về Liêm Chính trong Bầu cử và tạo ra Đạo Luật Liêm Chính trong cuộc bầu cử năm 2021. Đạo luật này được cả hai viện của cơ quan lập pháp Georgia thông qua dựa trên các cuộc bỏ phiếu theo đường lối đảng phái vào ngày 25 tháng 3 và được Thống Đốc đảng Cộng Hòa Brian Kemp ký thành luật sau đó cùng ngày.

Đảng Dân Chủ ngay lập tức tố cáo luật mới là biểu hiện quyền lực tối cao của người da trắng của đảng Cộng Hòa và là nỗ lực nhằm trấn áp cuộc bỏ phiếu của người da đen. Tổng Thống Biden tóm tắt đường lối của đảng một cách ngây ngơ như sau: "Điều này khiến Jim Crow trông giống Jim Eagle." Và sau đó là lời giải thích: "Jim Crow đang sử dụng thuốc kích thích (steroid)." Nhà hoạt động đảng Dân Chủ và ứng cử viên thống đốc bang Georgia thất cử là Stacey Abrams dẫn đầu đảng Dân Chủ kết tội đảng Cộng Hòa là những người theo chủ nghĩa da trắng thượng đẳng với quyết tâm "ngăn cản sự gia tăng quyền bỏ phiếu của người da màu bằng cách hạn chế, loại bỏ hoặc làm tổn hại đến khả năng bỏ phiếu của họ." Thượng Nghị Sĩ bang Massachusetts Elizabeth Warren cũng đồng tình: "đảng Cộng Hòa đang ngồi trong chiếc ghế của Stacey Abrams vừa ký một dự luật đàn áp cử tri thành luật để đưa Georgia trở lại thời Jim Crow."

Một điều khoản then chốt của dự luật cải cách là yêu cầu mới về thẻ căn cước của cử tri đối với các lá phiếu vắng mặt/bầu qua đường bưu điện. Biện pháp này lấp đầy lỗ hổng trong luật thẻ căn cước Georgia hiện hành, có từ năm 2008. Luật bầu cử Georgia đặt ra các tiêu chuẩn thẻ căn cước cử tri được xác định rõ ràng cho tất cả các cử tri hiện diện tại nơi đầu phiếu (in-person). Nhưng điều này đã để lại kẽ hở cho gian lận khi các đảng viên Dân Chủ có thể tiến hành các cuộc bỏ phiếu khổng lồ qua đường bưu điện lấy cớ là do cuộc khủng hoảng Covid.

Luật bầu cử của Georgia cung cấp thẻ căn cước cử tri miễn phí cho bất kỳ cư dân Georgia nào muốn có thẻ này. Nói cách khác, không có yếu tố chủng tộc nào đối với các yêu cầu về thẻ căn cước cử tri ở Georgia, cho dù là bỏ phiếu trực tiếp hay qua đường bưu điện. Đảng Dân Chủ tuyên bố rằng luật mới là sự quay trở lại Jim Crow South, khi người da đen bị từ chối quyền bầu cử, chỉ là một trò lừa đảo khác của đảng Dân Chủ. Trước luật mới, các lá phiếu gửi qua đường bưu điện vắng mặt được gửi cho bất kỳ ai muốn mà không cần xác minh danh tính của cử tri. Rõ ràng, khả năng gian lận trong những trường hợp như vậy là rất lớn.

Vì thẻ căn cước được cung cấp miễn phí cho mọi công dân Georgia thông qua cải cách mới, lập luận rằng việc đàn áp cử tri được thực hiện do thiếu kinh phí là vô căn cứ. Theo luật cải cách mới, Georgia cho phép công dân của mình sử dụng số an sinh xã hội, số bằng lái xe, số căn cước tiểu bang, bản sao hóa đơn tiện ích hiện tại, bản sao phúc trình ngân hàng hàng tháng, ngân phiếu lương bổng hoặc ngân phiếu chính phủ phát cho có trong tài khoản của họ. Hoặc bất kỳ tài liệu nào khác của chính phủ cho thấy tên và địa chỉ của họ cho mục đích bỏ phiếu. Khi nói rằng rằng luật mới của Georgia là một nỗ lực nhằm ngăn chặn cuộc bỏ phiếu của người da đen, đảng Dân Chủ đạt đến mức độ trơ trên chưa từng có.

Sự phản đối của đảng Dân Chủ đối với một cuộc cải cách nhẹ nhàng, không phân biệt đối xử nhanh chóng leo thang cho đến khi trở thành một cảnh tượng ngoạn mục. Giống như các viên chức ở các tiểu bang khác, các nhà lập pháp Georgia tìm cách ngăn chặn hành vi vận động chính trị trong phạm vi 150 feet tính từ địa điểm bỏ phiếu hoặc 25 feet tính từ bất kỳ cử tri nào đang xếp hàng chờ bỏ phiếu. Đây là khoảng cách cần thiết đối với bất kỳ ai muốn cung cấp ly nước cho cử tri đang xếp hàng chờ đợi.

Điều khoản vô thưởng vô phạt này ngay lập tức bị các nhà phê bình đảng Dân Chủ hiểu sai là một âm mưu ác ý nhằm từ chối sự trợ giúp nhân đạo khỏi sức nóng đối với những cử tri mà họ coi là chủng tộc thấp kém. "Đó là một sự tàn bạo," Tổng Thống Biden mắng mỏ, và tiếp tục gọi cuộc cải cách Georgia là Jim Crow 2. "Bạn không cần bất cứ điều gì khác để biết rằng đây chẳng qua là một kế hoạch mang tính trừng phạt nhằm ngăn cản mọi người bỏ phiếu. Bạn không thể cung cấp nước cho những người sắp bỏ phiếu? Hãy cho tôi nghỉ giải lao." Trên thực tế, luật pháp cho phép cử tri tự lấy nước nếu họ cần, và cũng được nhận đồ thức uống từ các viên chức bầu cử phi đảng phái.

Các tập đoàn lớn ủng hộ các cuộc tấn công của đảng Dân Chủ vào cải cách bầu cử ở Georgia như một nỗ lực để quay ngược đồng hồ chủng tộc trở lại sáu mươi năm về trước. Hiệp Hội Bóng Chày Major League thông báo họ đang chuyển trận đấu All-Star được lên lịch trước đó từ Atlanta đến Denver và Bộ Tư pháp Biden đệ đơn kiện Dân sự chống lại bang

Georgia. Động thái của trận đấu All-Star là một hành động đạo đức giả đặc biệt, tước đi doanh thu ước tính khoảng 100 triệu đô la của một thành phố do người Mỹ gốc Phi châu điều hành, với phần lớn dân số là người Mỹ gốc Phi Châu. Và phải làm như vậy vì luật bầu cử ít hạn chế hơn luật ở tiểu bang nhà của Joe Biden.

Đạo Luật Vì Người Dân

Các đảng viên Dân Chủ ngày càng tuyệt vọng vì biết rằng nỗ lực làm mất uy tín và chôn vùi phe đối lập với các kế hoạch "cải cách" của họ không thể thực hiện được bằng đa số một phiếu, điều này có thể bị đảo ngược trong vòng tiếp theo của chu kỳ bầu cử. Kế hoạch của họ nhằm ngăn chặn điều này bằng cách bảo đảm đa số vĩnh viễn là trọng tâm trong một đạo luật quan trọng khác của Pelosi, Đạo Luật Vì Người Dân – For the People Act.

Các nhà sáng lập nước Mỹ cố gắng ngăn chặn những tham vọng nham hiểm như tìm kiếm đa số vĩnh viễn bằng cách đặt quyền kiểm soát bầu cử vào tay các cơ quan lập pháp của tiểu bang. Họ lập luận rằng quyền lực phân tán sẽ khó thao túng và kiểm soát hơn. Đến năm 2021, điều này có nghĩa là các nhà lập pháp được bầu chọn ở tất cả 50 tiểu bang.

Đạo Luật Vì Người Dân được thiết lập để hủy bỏ thỏa thuận hiến pháp này bằng cách liên bang hóa các quy tắc bầu cử và yêu cầu các ứng cử viên phải phụ thuộc vào nguồn tài trợ của liên bang. Điều này sẽ đặt đòn bẩy kiểm soát bầu cử càng xa người dân càng tốt. Và càng gần với đòn bẩy quyền lực trong một thành phố và bộ máy quan liêu áp đảo của đảng Dân Chủ.

Đạo Luật Vì Người Dân cũng sẽ đảo ngược các khuyến nghị chính của Ủy hội lưỡng đảng Carter-Baker nhằm ngăn chặn hành vi trộm cắp cử tri. Cụ thể, nó sẽ đặt ra ngoài vòng pháp luật các yêu cầu về thẻ căn cước cử tri và cho phép tất cả các cuộc bỏ phiếu được thực hiện bằng lá phiếu gửi qua bưu điện.

Đạo luật được thông qua với số phiếu của 220 đảng viên Dân Chủ tại Hạ Viện. Không một đảng viên Cộng Hòa nào bỏ phiếu đồng ý.

Cuộc cách mạng cần phải tiếp tục!

Cùng lúc với vụ kiện của Bộ Tư pháp chống lại luật cải cách cử tri ở Georgia đang chờ giải quyết, các thành viên đảng Dân Chủ của Quốc Hội biểu tình tại Tòa Nhà Quốc Hội trên khắp đất nước để phản đối vô hiệu hóa Đạo Luật Vì Người Dân và những đạo luật tương tự bằng cải cách dùng Fillibuster. và bị bắt vì biểu tình chống đối lại. Người dẫn chương trình MSNBC Rachel Maddow mời Bộ Trưởng Tư Pháp của cựu Tổng Thống Barack Obama, Eric Holder bình luận như sau: "[Người biểu tình] cần phải 'ra đường'," ông nói, "và 'bị bắt' trong cuộc đấu đá chính trị về luật bầu cử."

Đó là một nhận xét kỳ quặc đối với một cựu Bộ Trưởng Tư Pháp, một người cam kết duy trì nền pháp trị. Nhưng sự kiện đó thể hiện một cách hoàn hảo vấn đề mà quốc gia phải đối mặt dưới bàn tay của các nhà lập pháp cấp tiến cam kết lật đổ luật pháp và thúc giục những người khác cũng làm như vậy.

"Bạn nghĩ gì về chiến lược hành động trực tiếp đang được những người ủng hộ quyền bầu cử đưa ra?" Maddow hỏi Holder. "Rõ ràng, Phó Tổng Thống Harris và Tổng Thống Biden rất ủng hộ những cải cách như Đạo Luật Vì Người Dân, và họ ủng hộ điều đó. Chúng ta biết rõ điều đó. Chúng tôi nghe tất cả các bài phát biểu. Chúng tôi biết vị trí của họ. Tuy nhiên, bạn đang chứng kiến sự tập trung ngày càng không ngừng của các nhà lãnh đạo đạo đức bị bắt tại tòa nhà văn phòng Thượng viện, tại Tòa án Tối cao, tại Tòa Bạch Ốc."

"Quyền lực không nhượng bộ nếu không có nhu cầu," Holder trả lời, sử dụng một câu nói sáo rỗng tinh quái của cánh tả cấp tiến. "Nâng cao ý thức của người dân bằng cách biểu tình, bắt giữ, làm những việc chấm dứt sự phân biệt chủng tộc. Các công dân cần kêu gọi các đại diện để yêu cầu loại thay đổi sẽ làm cho đất nước này mang tính đại diện hơn, làm cho nền dân chủ của chúng ta công bằng hơn."

Đó là một nhận xét siêu thực phản ánh hoàn hảo thời điểm lịch sử. Tổng thống và Phó tổng thống

Hoa Kỳ đều là những người thuộc đảng Dân Chủ ủng hộ đạo luật mà những người biểu tình đang yêu cầu. Với biên độ áp đảo, người Mỹ ủng hộ Đạo Luật Quyền Bầu Cử và sự bình đẳng cho người da đen trước pháp luật.

• Làm thế nào điều này có thể biện minh cho các hành vi phạm tội, và các hành vi phạm tội do cựu giám đốc cơ quan thực thi pháp luật quốc gia chủ trương?

• Các hành vi tội phạm được thiết lập để ngăn chặn hệ thống pháp luật hoạt động theo chiều hướng họ muốn.

• Kiên nhẫn là điều cần thiết trong một nền dân chủ – cũng như việc tuân thủ pháp quyền. Bằng cách phá vỡ luật pháp và bôi nhọ phe đối lập, những người cấp tiến như Holder và đảng Dân Chủ Obama-Biden đang đe dọa toàn bộ nền dân chủ, đưa họ lên nắm quyền.

CHƯƠNG 9

A-Phú-Hãn Thất Thủ

Joe Biden tuyên bố: "Ngay cả trong thời kỳ Nội chiến, những kẻ nổi dậy cũng không dám xâm nhập Tòa Nhà Quốc Hội của Hiệp chủng quốc Hoa Kỳ, thành trì của nền dân chủ. Vào thời điểm đó họ không làm được. Nhưng vào ngày 6 tháng 1 năm 2021, họ ngang nhiên xâm nhập Tòa Nhà Quốc Hội."

Thứ từ ngữ của Joe Biden sử dụng và tuyên đọc cho ngày lễ đặc biệt ngày 5 tháng 8 năm 2021 nhằm ban thưởng huy chương vàng của Quốc Hội để vinh danh những cảnh sát ở thủ đô. Nhưng ngôn từ của Joe Biden có thích hợp với những sự kiện ấy không? Đây có phải là trận chiến của những người nổi loạn tấn công vào Điện Capitol ngày 6 tháng 1 năm 2021 và so sánh như là cuộc xâm chiếm của quân đội liên bang miền nam trong cuộc Nội Chiến?

Chúng ta biết nhiều những gì xảy ra vào ngày 6 tháng 1 năm 2021 khi 600 công dân Hoa Kỳ không võ trang trong độ tuổi trung niên tuần hành tự do xuyên qua cửa trước của Điện Capitol, có vài cửa kiếng bị vỡ, và có khoảng 2 người xô lấn giằng co với lực lượng Cảnh Sát Thủ Đô thiếu nhân lực, dù cửa chánh vào Điện Capitol phải bảo vệ an ninh tối đa, và cảnh sát cho là khó kiểm soát những người tuần hành. Một vài người ẩu đả gây bạo động theo buộc tội của cảnh sát, công cụ của đảng Dân Chủ ở Hoa Thịnh Đốn. Tuy nhiên máy thu hình ghi lại sự kiện đa số những người trung niên tuần hành bày tỏ thái độ lịch sự giữa những dây băng do cảnh sát hướng dẫn, và họ tự chụp hình nếu muốn.

Sáu tháng trước, Tướng Mark Milley, Tổng Tham Mưu Trưởng, Chủ Tịch Bộ Tổng Tham Mưu gặp riêng cố vấn của Tổng Thống Donald Trump là Stephen Miller tại Tòa Bạch Ốc. Vấn đề bàn bạc là Tổng Thống yêu cầu thực thi Đạo Luật Nổi Loạn để gởi quân đội đến bảo vệ Tòa Bạch Ốc khi tổ chức bạo loạn, khủng bố và khuynh tả Black Lives Matter đang đe dọa, cướp bóc, chúng ra tay phóng hỏa Giáo Đường dành cho Tổng Thống tại Lafayette Square, và dọc theo cổng dẫn vào Tòa Bạch Ốc. Tổng Thống Donald Trump nhắc lại về đạo luật chống Bạo Loạn, và yêu cầu quân đội liên bang điều động đến nơi này nhằm phục hồi an ninh và trật tự. Cố vấn của tổng thống tranh luận và nêu lên bằng chứng về sự cướp bóc của hàng trăm kẻ bất tuân luật pháp, thích đáng với yêu cầu của Tổng Thống.

Tuy nhiên, cuộc thảo luận ngừng khi tướng Mark Milley hướng về bức họa chân dung của Tổng Thống Abraham Lincoln treo trên tường bên phải Resolute Desk, Milley chỉ ngón tay vào bức họa và nói với Tổng Thống Trump: "Thưa Tổng Thống, ông này (Lincoln) thì có bọn nổi loạn, còn Tổng Thống thì không. Khi bọn chúng bắt đầu tấn công pháo đài Sumter (nằm trên hòn đảo thuộc South Carolina) bằng bom thì lúc đó mới gọi là nổi loạn. Lúc đó tôi sẽ báo cho ông biết ngay." Tướng Mark Milley khẳng định: "hiện nay, không có cuộc nổi loạn." Sau này tướng Milley tiết lộ ông ta là người chống Trump cuồng nhiệt nhưng trước đây thì không. Khi Tổng Thống Joe Biden và chủ tịch Quốc Hội Nancy Pelosi bắt đầu cuộc chiến với Trump vào tháng 8 năm 2021 về tội danh xúi dục cuộc nổi dậy vào ngày 6 tháng 1, tướng Milley vẫn giữ im lặng tuyệt đối và tỏ ra vô trách nhiệm trước những tuyên bố quá khích của Biden và Pelosi.

Thực tế là không có nổi loạn ở Điện Capitol như Joe Biden, Pelosi và đám truyền thông khuynh tả xuyên tạc, bóp méo sự thật. Trong quá khứ, sự kiện ngày 1-3-1954, bốn tên khủng bố võ trang gốc Puerto sử dụng súng ngắn tự động bắn 13 phát đạn vào những dân biểu quốc hội đang tập trung ở phòng triển lãm của quốc hội. Kết quả là 5 dân biểu bị thương, trong đó có một dân biểu bị trọng thương.

Những kẻ khủng bố bị bắt và xử án tại tòa án liên bang. Tất cả đều bị án tù chung thân vì chứng cớ quá rõ ràng. Năm 1978 và 1979 Tổng Thống Đảng Dân Chủ là Jimmy Carter ra lệnh giảm án, và cả bốn tên khủng bố đều trở về Puerto Rico.

Nancy Pelosi Trình Diễn Màn Xét Xử

Những người biểu tình ngày 6 tháng 1 năm 2021, không vũ trang, đương nhiên là không bắn viên đạn nào. Có ai tin được một chính quyền của nước mạnh nhất thế giới lại bị đe dọa bởi những người biểu tình vào độ tuổi trung niên, một vài người dùng nước màu vẽ mặt và mang đầu con trâu giả với cặp sừng? Máy thu hình ghi lại cảnh những người biểu tình ôn hòa và nhã nhặn nói chuyện với cảnh sát. Ngay từ đầu, Nancy Pelosi và đảng Dân Chủ xác định dùng những người tuần hành ở Điện Capitol để quy vào tội sách nhiễu giới chức chính phủ, và cho đó là "khủng bố nội địa." Tuy nhiên, trong khoảng thời gian này, viên Đại Tướng Mark Milley không chỉ im lặng mà còn tạo điều kiện cho cuộc đàn áp khi Pelosi bao vây Điện Capitol với 25.000 quân để đối mặt với mối đe dọa tưởng tượng.

Sau sáu tháng xảy ra sự kiện ngày 6 tháng 1 năm 2021, những người tuần hành bị buộc tội xâm nhập bất hợp pháp và bị nhốt vào tù. Bà Nancy Pelosi bắt đầu thực hiện họp báo trong tuần, bà ta cho là "buổi sáng hôm đó thật buồn cho ngày trọng đại này. Tôi tuyên bố rằng Quốc Hội sẽ thành lập Ủy Ban Tuyển Chọn nhằm xét xử và điều tra cuộc nổi loạn ngày 6 tháng 1 năm 2021. Thành trì của nền dân chủ chúng ta bị tấn công do những tên nổi loạn. Đây là vấn đề khẩn cấp nhằm tìm kiếm sự thật về những gì xảy ra."

Dĩ nhiên, bà ta không khác gì tên độc tài, Nancy Pelosi phát biểu với truyền thông bằng thủ đoạn bóp méo sự thật. Tất cả những công bố của bà ta về Uỷ Ban và truất phế tổng thống. Tuy nhiên bà ta không quan tâm bất cứ ai từ hai phía và những hậu quả, những vấn đề của tiểu bang. Đối với Pelosi, nền dân chủ và hiến pháp như cây búa tạ quyền lực dùng để triệt hạ những người đối lập. Cuộc điều tra ngày 6 tháng 1 năm 2021 không biểu hiện tính cách trung thực, nhưng với mục đích là nhằm triệt hạ Tổng Thống bị thất cử Donald Trump và những người ủng hộ ông với tội danh phản quốc.

Ủy Ban do bà Nancy Pelosi đề cử không hề điều tra lý do tại sao Lực Lượng Cảnh Sát Thủ Đô thiếu chuẩn bị chu đáo trong khi họ được thông báo những sự việc có thể xảy ra. Sự kiện 50 nhân viên FBI và quân nhân bị bắt bên trong Điện Capitol trong ngày hôm ấy cũng không hỏi tới. Điều gì xảy ra khi một cựu quân nhân không võ trang là cô Ashli Babbitt bị cảnh sát bắn chết, và cũng không hỏi vì sao bà Pelosi không tiết lộ danh tánh nhân viên công lực bắn cựu chiến binh Ashli Babbitt không một tấc sắt trong tay, dù trong họp kín bà Pelosi quyết định người Cảnh

Sát này vô tội. Thay vào đó, Ủy Ban lại kết tội Tổng Thống Trump xúi dục phiến loạn mặc dù Cảnh Sát Liên Bang tìm được bằng chứng chỉ có một số ít người thuộc các nhóm tổ chức cuộc biểu tình hiện diện trong ngày hôm đó, và họ chẳng dính líu gì đến Tổng Thống Trump.

Bất cứ ai cũng đều biết trước phán quyết của Ủy Ban bà Pelosi đích thân chọn vì bà từng vi hiến khi mở một cuộc đàn hặc Tổng Thống Trump và thất bại, nay lại kết tội Tổng Thống Trump xúi dục nổi dậy. Bà ta là hiện thân của tham vọng thiết lập một chính quyền toàn trị, độc đảng dựa trên đa số mà các Kiến Quốc Phụ rất sợ viễn cảnh đó xảy ra.

Tuy nhiên, không ai ngạc nhiên về sự lạm quyền khi bà Pelosi phá vỡ những tiền lệ, bác bỏ hai Dân Biểu Cộng Hòa lãnh đạo thiểu số tại Quốc Hội Kevin McCarthy đề nghị tham gia Ủy Ban theo tinh thần hợp tác lưỡng đảng. Hơn thế nữa, Uỷ Ban đó bao gồm 9 dân biểu quốc hội, với 2 người thuộc đảng Cộng Hòa, trong đó có một nữ dân biểu phản bội từng bỏ phiếu theo đảng Dân Chủ trong việc truất phế Tổng Thống Donald Trump với tội trạng này.

Trump Trở Thành Mục Tiêu Vĩnh Viễn

Từ hơn 5 năm qua, bà Nancy Pelosi lãnh đạo đảng Dân Chủ ở quốc hội thất bại liên tiếp khi thực hiện kết tội, vu cáo và loại trừ Donald Trump với những tội phạm vi phạm hiến pháp Hoa Kỳ, phản bội Quốc

Gia và làm trái những giá trị đạo đức căn bản. Bây giờ phần lớn người dân không bị ảnh hưởng bởi tính khí "không điềm đạm" của Tổng Thống Trump mà có nhận định là các nỗ lực tấn công không dành riêng cho Trump mà còn Đảng mà Ông cầm đầu, Tổ Quốc mà Ông ưu tiên trên hết, và kỷ lục 74 triệu cử tri vẫn ủng hộ Ông mặc dù bao nhiêu cuộc tấn công với mũi dùi hướng về Ông.

Không những xem thường các cử tri này mà còn tẩy chay và gán cho họ là kỳ thị, đảng Dân Chủ nói lá phiếu của họ không tính và không bao giờ được đếm. Điều rõ ràng là phản ứng của đảng Dân Chủ chống lại Thống Đốc tiểu bang Florida là Ron DeSantis, ngôi sao sáng của đảng Cộng Hòa thực hiện, và ủng hộ chính sách bảo vệ biên giới và Dịch Covid-19 của Donald Trump, được Trump ủng hộ, nên những người ủng hộ Donald Trump dồn phiếu cho DeSantis. Đảng Dân Chủ phản ứng DeSantis khi ông ta tự cho là "nguy hiểm hơn Donald Trump" trong khi Donald Trump tiếp tục xuất hiện ở tòa án, và bị đảng Cộng Hòa dị ứng.

Tình trạng này xảy ra từ hơn 5 năm qua. Đảng Dân Chủ muốn gom thành một đảng. Đảng Dân Chủ phát động cuộc chiến thù ghét Donald Trump, vu cáo đảng Cộng Hòa đại diện cho người "thượng đẳng da trắng, yêu nước cực đoan và là những kẻ bạo động nổi dậy" nhằm giành thắng lợi trong cuộc bầu cử giữa kỳ năm 2022. Họ muốn chắc ăn trong cuộc bầu cử này qua hình thức bầu cử bằng thư, và những lá phiếu của di dân bất hợp pháp, mở cửa biên giới, thay đổi bản đồ bầu cử, hủy bỏ cử tri đoàn, mở rộng Tối Cao Pháp Viện và thành lập chế độ độc tài với chính thể hơn một phiếu thành đa số, khuynh đảo chính trị tại Hoa Thịnh Đốn.

Một cách khác, Đảng Cộng Hòa chủ trương chính sách nước Mỹ hàng đầu, bảo vệ biên giới, thị trường tự do, luật pháp và trật tự, không phân biệt màu da thắng trong kỳ bầu cử 2022 và vô hiệu hóa lịch trình của đảng Dân Chủ toàn quốc. Mọi dấu hiệu từ quá khứ và hiện tại đều cho thấy Đảng Cộng Hòa có cơ hội thắng lớn.

Một Cơ Sở Quốc Phòng Bị Chính Trị Hóa

Kể cả các trường hợp nêu trên và việc khuyến khích tội phạm gia tăng, khinh thuờng luật pháp, bất chấp hiến pháp có phải nằm trong tầm tay của đảng Dân Chủ và đó là điều họ đang thực hiện? Không may cho họ là những thái độ qua 2 lần bầu cử trước và cuộc bạo loạn mùa hè cung cấp bằng chứng về điểm gở. Gây xáo trộn là cứu cánh của Nội Các Hussein Barrack Obama và Joe Biden chính trị hóa ngành tình báo và quân đội là quan điểm không thể tin trong cái gọi là bảo vệ hiến pháp, hay sự quang minh trong cuộc bầu cử tổng thống.

Năm 2015 những cơ quan tình báo làm bậy khi FBI lên kế hoạch chặn đứng chiến thắng của Donald

Trump. Tuy nhiên, họ thất bại và liên tiếp 2 năm sau khi Donald Trump trở thành vị tổng thống thứ 45 của Hiệp Chủng Quốc Hoa Kỳ, FBI phát động chiến dịch truất phế Donald Trump bằng hồ sơ ngụy tạo vu cáo Nga can thiệp vào bầu cử năm 2016. Sự giả dối bị phơi bày nhờ Dân Biểu Devin Nunes và phí tổn 35 triệu Mỹ Kim cho cuộc điều tra của Robert Mueller là bằng chứng không thể chối cãi về việc đảng Dân Chủ và Ủy Ban Tình Báo Hạ Viện ngụy tạo hồ sơ. Không có giới chức tình báo nào trả cái giá về lý do của sự hợp tác trong hành vi phản quốc.

Trong khi quân đội coi nhẹ cuộc bầu cử năm 2020 nhưng lại chứa đựng nhiều dấu hiệu đáng lo ngại hơn. Bộ Trưởng Quốc Phòng của Joe Biden là Lloyd Austin, được coi là người da đen đầu tiên nắm giữ chức vụ quan trọng này. Ông ta cũng thuộc hàng ngũ Black Lives Matter, rất thù ghét Donald Trump, đề xướng việc huấn luyện thuyết Chủng Tộc Phê Phán trong quân đội Hoa Kỳ. Đây là công tác đầu tiên và chủ yếu của Lloyd Austin thực hiện sau khi được bổ nhiệm. Ông Bộ Trưởng Quốc Phòng da đen ra lệnh trong vòng 2 tháng kiểm điểm tư tưởng nhằm truy lùng "những tên khủng bố nội bộ" (đây không khác gì lối phê bình, tự phê và đấu tố trong đảng cộng sản và tất cả các cơ quan, kể cả quân đội). Mục tiêu chủ yếu nhắm vào những sĩ quan, cấp chỉ huy thuộc đảng Cộng Hòa, bảo thủ, và những người phê phán Black Lives Matter. Phương tiện "tẩy não" áp đặt vào quân nhân Mỹ, và tuyển mộ dựa vào khung cảnh trình diễn trong hệ thống thu hình (video) trưng bày những khuôn mặt tổng thống Dân Chủ tiêu biểu như Hussein Barrack Obama, Bill Clinton được đề cao như những anh hùng về quyền dân sự, nhằm thuyết phục và thu hút. Lối tuyên truyền và tẩy não dị hợm này nhằm hướng dẫn sai lạc quân nhân, mà đảng Dân Chủ xuyên tạc là những thành phần như da đen, Á châu và người Tây Ban Nha gốc Mỹ bị lãng quên trong thời kỳ của Tổng Thống Donald Trump. Sự gian manh và xuyên tạc lịch sử của Hiệp Chủng Quốc Hoa Kỳ thành hình từ năm 1619 là biểu hiện chân lý và người Mỹ chân chính cùng nhau thành lập nước Hoa Kỳ vào năm 1776 như những thiên sứ của công bằng và tự do bị xóa bỏ. Hậu quả là nền đạo lý nước Mỹ đang nằm trong tình trạng nguy hiểm.

Công tác đầu tiên của Bộ Trưởng Quốc Phòng da đen đầu tiên của nước Mỹ có ít nhất là một phần ba giới chức trong bộ chỉ huy đầu não của Ngũ Giác Đài bị ép phải từ chức. Ngày 9-4-2021, Bộ Trưởng Quốc Phòng da đen đầu tiên là Lloyd Austin ban hành bản ghi nhớ thành lập cơ quan gọi là Chống Cực Đoan, là mũi nhọn xung kích trong việc săn phù thủy nhằm thanh trừng những sĩ quan bị chụp mũ là cực đoan.

Austin đề cử một quân nhân da đen là Bishop Garrison chỉ huy và điều hành cơ quan này. Được biết, Bishop Garrison là cố vấn tin cậy của Austin giữ chức cố vấn bộ phận Human Capital and Diversity Equity. Tên chỉ huy cơ quan mới Bishop Garrison từng công khai khinh thường Tổng Thống Donald Trump và số những người ủng hộ ông. Điển hình như trong tháng 7 năm 2019, Garrison đăng trên Twitter "ủng hộ Trump là ủng hộ kỳ thị chủng tộc," gã này chụp mũ Donald Trump bằng những từ ngữ như "kẻ thù của hôn nhân, cực đoan và kỳ thị." Những xuyên tạc tráo trở của Garrison không thể nào thuyết phục được 74 triệu dân Mỹ dồn phiếu cho Donald Trump. Nói đúng hơn là Bishop Garrison là kẻ thi hành chính sách thanh trừng quân đội của xếp Lloyd Austin.

Mặt khác, ban tham mưu của Joe Biden, Lloyd Austin hỗ trợ trong công tác săn phù thủy trong quân đội Hoa Kỳ, mà họ mệnh danh là thành phần cực đoan nguy hiểm, phù hợp với cái gọi là công lý the Southern Poverty Law Center (SPLC). Những người nổi bật như Ben Carson, Ayaan Hirsi Ali, và những người khác trở thành nạn nhân phỉ bang, bị chụp mũ là phát-xít, ưa bạo lực và Quốc Xã. Sự phỉ báng và chụp mũ là thủ đoạn chính trị đê tiện của đảng Dân Chủ nhằm triệt hạ uy tín của những người đối lập, nạn nhân bị cho là "những con quái vật kinh tởm." Vài năm gần đây, cái gọi là SPLC tiết lộ như nơi hỗn tạp, nên người sáng lập và chủ tịch bị buộc phải từ chức khi những cựu nhân viên trong ban điều hành tố cáo sách nhiễu tình dục và kỳ thị.

Nạn nhân đầu tiên của chiến dịch săn lùng phù thủy do Austin thực hiện là vị chỉ huy Lực Lượng

Không Gian tên Mathew Lohmeier, cựu quân nhân sau 15 năm quân ngũ, người đảm trách căn cứ hỏa tiễn, bị mất chức chỉ huy vì xuất bản cuốn sách cho là đi ngược lại văn hóa học thuyết Mác Xít gây phân hóa quân đội, kỳ thị và chủ nghĩa siêu quốc gia da trắng. Lohmeier nêu bằng chứng về hậu quả của việc phi dân chủ hóa của những học thuyết độc hại ảnh hưởng những thanh niên và thanh nữ tình nguyện bảo vệ tổ quốc với lòng ái quốc, và nay họ có một tư tưởng thứ hai. Lohmeier bị đuổi việc và mất cả hưu bổng khi cấp chỉ huy bị chính trị hóa trong khi ban quản trị Tòa Bạch Ốc nỗ lực yêu cầu luật Nổi Loạn áp dụng sự kiện ngày 6 tháng1 năm 2021.

Nếu yêu cầu được chấp nhận bởi quân đội, tình trạng nổi loạn, khủng bố chấm dứt toàn quốc khi quân đội được dàn trận trên đường phố. Như là kết quả của sự quyết định của tướng Milley khi tình trạng ở Lafayette Square (Quảng Trường Lafayette) thật là tồi tệ, cảnh sát quyết định vãn hồi trật tự và dẹp tan những người biểu tình.

Sau khi cuộc biểu tình giải tán và Tướng Milley gặp Tổng Thống Donald Trump đang băng qua Quảng Trường Lafayette, và giảm nhẹ sự tấn công của truyền thông khuynh tả luôn chống Trump. Tướng Milley nói lẩm bẩm "Tôi có lẽ là không nên ở đây" trong khi hàng ngàn kẻ đốt phá, cướp bóc, kể cả sát nhân xảy ra suốt năm 2020 biểu hiện đặc quyền của "những thế kỷ không có công lý của người Mỹ trẻ gốc Phi Châu." Tướng Milley khẳng định một cách rõ ràng ông là người khách quan tôn trọng pháp luật và biểu hiện lòng trung thành không thiên vị của một Tổng Tham Mưu Trưởng Quân Đội.

Thảm Bại Và Nhục Nhã Của Quốc Gia

Một điều nhục nhã của quốc gia Hoa Kỳ và sự thảm bại của một vị tướng tổng tham mưu trưởng Mark Milley trong kế hoạch rút lui của quân đội Mỹ ở A Phú Hãn, nơi mà quân đội Hoa Kỳ và đồng Minh NATO (Minh Ước Bắc Đại Tây Dương) chiến đấu chống lại Taliban cùng những nhóm khủng bố suốt hơn 20 năm qua. Trong khoảng thời gian ấy, quân Hoa Kỳ và Đồng Minh chiến đấu và ngăn chặn Taliban tại hầu hết các thành phố và thành lập một xã hội hài hòa, giúp phụ nữ tránh sự thống trị man rợ của lũ khủng bố khát máu, lợi dụng tôn giáo và thánh kinh của họ được coi là kim chỉ nam cho quyền họ tự do đánh đập và sát hại phụ nữ. Tổ Chức khủng bố dã man Taliban thống trị niềm tin từ thế kỷ thứ 7.

Trong suốt hơn 20 năm qua, có hàng trăm ngàn người A Phú Hãn tham gia hoạt động và đóng góp xây dựng đất nước với sự giúp đỡ và yểm trợ của quân đội Hoa Kỳ, nhất là khuyến khích phụ nữ từ bỏ burka (thứ y phục kỳ quái) và đi học. Dưới chế độ Taliban, tất cả bị cấm và trừng phạt rất nặng, kể cả tử hình qua lối hành quyết man rợ. Thảm họa của sự tháo chạy của một đạo quân hùng mạnh và tân tiến nhất thế giới tạo nên sự thách thức khủng hoảng nhân đạo: di tản, phụ nữ A Phú Hãn bị ép phải phục tùng những quy luật của Taliban. Nghiêm trọng hơn là phụ nữ bị bỏ lại sau khi thảm trạng rút quân Mỹ, họ bị ép buộc phục vụ như nô lệ tình dục, hoặc là bị sát hại. Taliban không bao giờ tôn trọng phụ nữ, trẻ em và gia đình người A Phú Hãn di tản sau thảm họa mà Joe Biden và Tướng Milley gây ra.

Ngày 14 tháng 4 năm 2021, Joe Biden tuyên bố rằng ông thực hiện theo kế hoạch rút quân quy định ngày 1-5-2021 của tổng thống tiền nhiệm Donald Trump (Biden không phải là tổng thống) và chấm dứt trước ngày 11-9-2021, ngày tưởng niệm thứ 20 khủng bố tấn công trung tâm thương mại Hoa Kỳ ở New York (Nữu Ước). Sự lựa chọn ngày quy định tháo chạy của quân đội Hoa Kỳ là ngày 31-8-2021.

Tuy nhiên, kế hoạch giữ bí mật tuyệt đối, chỉ có Joe Biden, và tướng Milley biết. Sự tháo chạy nhục nhã đưa tới những hệ quả với 2 giai đoạn: di tản những thường dân cần thiết (có quan hệ với quân đội Mỹ) và một phần hạn chế quân nhân Hoa Kỳ ở lại bảo vệ an ninh trong việc di tản. Trên hình thức với sự ủng hộ của các tướng lãnh thân cận và trung thành, Tổng Thống Biden thay đổi lệnh rút quân tại các phi trường và những căn cứ quân sự, chuyển sang di tản.

Quyết định rút lực lượng yểm trợ trên không và tình báo tước đi những lợi thế chiến lược của quân đội Afghanistan nhằm cho phép họ chống lại bọn khủng bố Taliban hữu hiệu từ trước đến nay. Sự tháo chạy nhục nhã của quân đội Hoa Kỳ giúp Taliban tấn công nhanh và sau cùng là A Phú Hãn lọt vào tay Taliban một cách nhanh chóng, trái hẳn với tuyên bố của Joe Biden bảo đảm với mọi người rằng Taliban muốn chiếm A Phú Hãn phải mất ít nhứt từ 6 tháng tới 2 năm. Sự thất thủ A Phú Hãn và thủ đô Kabul trong vài tuần là thảm họa của dân tộc này. Sự nhục nhã và thảm cảnh nầy là thành quả gian dối của Joe Biden. Một cú điện thoại cá nhân của Biden ngày 23-7-2021, do Reuters thu thập được, gọi cho tổng thống A Phú Hãn Ashraf Ghani: "Tôi không cần nói với ông về sự hiểu biết thế giới về tình hình A Phú Hãn, tôi tin là sự việc không suôn sẻ trong việc chiến đấu chống lại Taliban." Biden nói thêm: "Thời điểm bây giờ thật cần thiết, dù đúng hay sai không quan trọng, cần phải chuyển sang một tình huống khác."

Trước ngày thảm bại định mệnh một tháng, ngày 8 tháng 7 năm 2021, Joe Biden tuyên bố rằng "khả năng Taliban sẽ thống trị và chiếm lãnh toàn bộ đất nước (A-phú-hãn) là rất khó xảy ra." Sự thật phơi bày sau đó một tháng chứng tỏ Biden sai lầm trầm trọng. Không có sự yểm trợ không quân và tình báo, chính phủ A Phú Hãn phải bị sụp đổ trong vài tuần. Ngày 15-8-2021, tổng thống A Phú Hãn di tản và vài giờ sau, Taliban làm chủ Kabul.

Một vấn đề mang tính cách chiến lược cần đặt ra là kế hoạch triệt thoái của công dân Hoa Kỳ tại phi trường lớn nhất nước là Bagram trở thành quyết định của sự di tản. Hơn thế nữa, sự phòng thủ ở thủ đô Kabul không còn nữa. Cho nên phi trường Bagram trở thành một trại tù lớn nhất ở A Phú Hãn, tràn ngập từ 5.000 tới 7.000 tên ác ôn khủng bố bao gồm Taliban, ISIS và Al Qaeda.

Những lý do không bao giờ giải thích được về quyết định của Joe Biden và các tướng thân cận trong việc bỏ rơi phi trường Bagram mà không báo với viên chỉ huy trưởng phi trường đến khi cuộc bỏ ngõ rồi. Suốt đêm ngày 2-7-2021, Hoa Kỳ rời Bagram và để lại kho vũ khí cho quân khủng bố, trong khi căn cứ không quân này âm thầm cúp điện mà không báo với với viên chi huy của A Phú Hãn là tướng Mir Asadullah Kohistani không biết gì về sự âm thầm rút lui một cách mờ ám của quân Hoa Kỳ sau hơn 2 giờ. Viên tướng này nói "chúng tôi chỉ nghe tin đồn là người Mỹ rời khỏi Bagram... và cuối cùng vào lúc 7 giờ sáng, chúng tôi mới biết là Hoa Kỳ rời phi trường Bagram." Bằng chứng ấy chứng minh là Tổng Tư Lệnh quân đội Hoa Kỳ không có kế hoạch di tản dành cho người A Phú Hãn, thực tế là như vậy.

Kết quả của sự nhẫn tâm và vô trách nhiệm trong quyết định nầy là tự sát. Hàng ngàn tù khủng bố A Phú Hãn được phóng thích, và họ từng là kẻ thù của quân Hoa Kỳ và đồng minh Phương Tây thêm vào món quà giá trị là kho vũ khí tại phi trường Bagram, là những kẻ gây tội ác với mục tiêu chết người, vũ khí trị giá hàng tỷ Mỹ Kim bỏ lại căn cứ không quân, đem hiến tặng cho kẻ thù. Những loại vũ khí tối tân bao gồm 600,000 loại súng trường, 2,000 xe thiết giáp và 40 phi cơ bao gồm loại trực thăng tân tiến Ó Đen (Black Hawk). Theo tường trình của tổ chức watchdog group cho biết tổng số là 75,000 quân xa, 600,000 vũ khí và 208 phi cơ bỏ lại ở A Phú Hãn.

Tuy nhiên, không có một tướng Hoa Kỳ nào từ chức sau vụ tháo chạy khỏi A Phú Hãn một cách nhục nhã. Điều không thể chối cãi là Trung Cộng hưởng nhiều lợi lộc do Joe Biden thực hiện, và quyết định của tổng tư lệnh đưa đến sự thảm bại của Hiệp Chủng Quốc Hoa Kỳ. Không có cấp chỉ huy quân đội Hoa Kỳ nào xin lỗi cho sự thảm bại này. Thay vào đó, quân đội khua môi múa mỏ nhằm biện minh với quần chúng, nhằm tránh trả lời và bao che cho sự thiếu sót của sự kiện xấu nhất trong lịch sử Hoa Kỳ và quân đội kể từ khi biến cố Trân Châu Cảng.

Sự bỏ ngõ ở phi trường Bargram đưa tới hậu quả nghiêm trọng không những cho A Phú Hãn, và cuộc chiến chống khủng bố khi mà số vũ khí lớn lọt vào tay quân thù. Nhất là quân khủng bố, Trung Cộng và Iran thụ đắc kỹ thuật công nghệ cao. Bị kẻ thù khinh miệt không phải là niềm tự hào của quân đội Hoa Kỳ và những người lính chiến A Phú Hãn.

Sau những năm mà quân Hoa Kỳ cung cấp cho quân đội A Phú Hãn 16,000 ống nhòm tối tân có khả năng thám sát trong đêm tối, có bao nhiêu ống nhòm lọt vào tay quân khủng bố sau khi căn cứ không quân Bragram thất thủ. Những kỹ thuật bí mật về cấu trúc loại ống nhòm này và trực thăng Ó Đen (Black Hawk) rơi vào tay quân thù.

Sau khi Kabul mất, nội các Joe Biden bị khuất phục trước tàn quân Taliban, cho phép Taliban đảm trách an ninh khi đám đông người Mỹ và A Phú Hãn liều mạng chen nhau lên phi cơ di tản. Ban chỉ huy của Joe Biden mặc nhiên công nhận quân khủng bố Taliban như là chính quyền hợp pháp trong sự phối hợp an ninh. Một điều không thể tin nổi là Bộ Ngoại Giao của Joe Biden cung cấp danh sách những người A Phú Hãn làm việc với Mỹ trong khi quân khủng bố Taliban gõ cửa từng nhà truy lùng và sát hại những ai có quan hệ với Hoa Kỳ. Trong khi Biden bắt tay với Taliban, bọn này chặt đầu cả một gia đình trước mặt người cha của họ, sau đó ông cũng bị chặt đầu vì chống lại chúng. Và còn nhiều vụ thảm sát dã man như thế nữa xảy ra nhưng không ai biết.

Ngày 26 tháng 8 năm 2021, hai tên khủng bố ISIS ôm bom tự sát sau khi hai tên này được Taliban cho phép đi qua trạm kiểm soát ở phi trường Kabul, bom nổ làm thiệt mạng 13 quân nhân Hoa Kỳ và 160 người A Phú Hãn. Đây là sự thiệt hại nhân mạng nhiều nhất của quân đội Hoa Kỳ trong 10 năm qua.

A Phú Hãn đầu hàng không có kháng cự, Taliban đắc thắng như câu "bất chiến tự nhiên thành." Nhưng đây là sự sỉ nhục quốc gia, thảm hại nhất trong lịch sử của Hiệp Chủng Quốc Hoa Kỳ xóa bỏ hình ảnh thiện chiến và sức mạnh, rất khó phục hồi uy tín, Chắc chắn là Hoa Kỳ không thể yếu, mất phương hướng, căn nguyên là lãnh đạo tham nhũng như Joe Biden. Theo cựu Thủ Tướng Anh Tony Blair cho đây là sự quyết định ngu xuẩn, vội vàng đưa đến thảm họa tại A Phú Hãn. Đây là sự suy nghĩ của Biden phù hợp với quyết định của kẻ mất trí nhớ, cũng như trường hợp mở cửa biên giới phía nam trong màng sương mù che đậy trận dịch toàn cầu và trận chiến khủng bố thế giới.

Người Mỹ nhận thấy sự bất tài và vô nhân đạo của Joe Biden là kẻ gây ra thảm họa tại A Phú Hãn làm kinh khiếp người dân, nhưng họ không có quyền ngăn chặn, hay làm thay đổi cục diện trong khi vài chính khách của đảng Cộng Hòa kêu gọi truất phế Joe Biden sau khi ông ta quỳ gối, hàng phục Taliban và đảo lộn thành quả 20 năm thắng lợi thành thua cuộc. Tuy nhiên, không có chính khách nào của đảng Dân Chủ muốn hạ bệ đồng chí Joe Biden.

Trong khi A Phú Hãn đang trên đà sụp đổ, thì sự man rợ của bọn khủng bố gia tăng, họ trả thù hằng trăm ngàn người A Phú Hãn... tại Hoa Kỳ, đảng Dân Chủ với sự lãnh đạo của Nancy Pelosi, bà Bernie Sanders hội họp suốt đêm tại Điện Capitol thúc đẩy thông qua dự luật ngân sách trị giá 3,5 ngàn tỷ Mỹ Kim cho chương trình xây dựng hạ tầng cơ sở, đúng hơn đây là ngân sách theo định hướng xã hội chủ nghĩa, nên đảng Cộng Hòa không ủng hộ.

Trong trường hợp A Phú Hãn, thái độ của Nancy Pelosi là phớt lờ, khi phóng viên truyền hình CBS hỏi là liệu Hoa Kỳ có thể đưa thêm quân đội nhằm bảo vệ an ninh cho công tác di tản, thì bà ta trả lời "Tốt, đầu tiên là tôi chỉ bàn về những gì mà tôi có ý kiến với tổng thống qua hành động mà ông ta thực hiện. Đây là một quyết định cứng rắn, đúng đắn." Bà Nancy Pelosi là khuôn mẫu của sự gian dối có tiến trình, bất lương, vô tâm, lỳ lợm và không màng gì với chính sách của Biden đặt nhẹ quyền lợi quốc gia.

Chỉ có đảng Dân Chủ ở Điện Capitol có đủ khả năng thay đổi phương hướng, và tất cả đảng viên Dân Chủ đều có thể giải quyết gọn vấn đề, nhưng họ quyết định không làm. Không ai từ chức và cũng chẳng ai lên tiếng. Đây là tình trạng bế tắc và chán nản cùng cực. Ngay từ đầu, Mỹ có năng lực kiểm soát tình hình ở Afghanistan, nhưng đảng Dân Chủ Biden thiếu ý chí để làm điều đó.

Làm thế nào mà các tướng lãnh Mỹ lại cho phép trò hề này – một đòn trí mạng đối với nền an ninh quốc gia của Mỹ – diễn ra? Thế họ tập trung vào chuyện gì khi ngày rút lui của quân lính Mỹ đang đến gần?

Vào tháng Hai 2021, hai tháng trước ngày rút quân 1 tháng 5, tàn quân Taliban gia tăng tấn công. Tuy nhiên, Bộ Trưởng Quốc Phòng là cựu Đại Tướng da đen đầu tiên, Lloyd Austin không ra lệnh cho các tướng tá đặt trong tình trạng báo động nhằm bảo vệ A Phú Hãn và đáp ứng tình hình chiến sự. Thay vào đó, Austin phát động truy lùng phù thủy trong quân đội trong 2 tháng nhắm vào các quân nhân ủng hộ Donald Trump.

Những sự đe dọa này không bao gồm chiến dịch phản công của Taliban ở A Phú Hãn trong việc kiểm soát lãnh thổ và đồng thời thành lập căn cứ địa khủng bố toàn cầu (Bộ Quốc Phòng Hoa Kỳ xem nhẹ và phớt lờ chiến dịch quân sự của quân khủng bố Taliban). Thay vào đó Bộ Trưởng Quốc Phòng và Bộ Tổng Tham Mưu chụp mũ và xuyên tạc sự đe dọa ngày 6 tháng 1 năm 2021 gọi là cuộc nổi dậy, và chụp mũ là "khủng bố nội địa" do các chính khách cánh hữu và chủ nghĩa da trắng thượng đẳng. Cả hai sự đe dọa đưa đến điều chưa có tiền lệ trong việc điều động 25.000 vệ binh quốc gia cho là để bảo vệ Điện Capitol bị chính trị hóa kế hoạch thực hiện của đảng Cộng Hòa nhằm ngăn chặn lịch trình của đảng Dân Chủ. Với số lượng lớn với 25.000 vệ binh quốc gia ở Điện Capitol bằng 3 lần quân số quân đội Hoa Kỳ chiến đấu ở A Phú Hãn, làm hao tổn công quỷ hơn 500 triệu Mỹ Kim, mặc dù không có khủng bố nội địa xuất hiện và gây rối.

Sự quan hệ của biến cố ngày 6 tháng 1 năm 2021 lại được sự đồng tình của phát ngôn nhân Ngũ Giác Đài là Phó Đề Đốc John Kirby, ông ta cho là "ghi nhận vài thành phần cực đoan tiến chiếm Điện Capitol này với sự năng động của những công chức và cựu quân nhân," thêm vào đó, Bộ Trưởng Quốc Phòng Lloyd Austin xác nhận "Đây có lẽ là số ít. Điển hình là gấp đôi, nhưng không phải là thiểu số như mọi người nghĩ."

Quan niệm về người thượng đẳng da trắng thật là tuyệt diệu và cánh hữu cực đoan tiếp tục sau 60 ngày im lặng. Ngày 24 tháng 6 năm 2021, 8 ngày trước khi bỏ ngỏ căn cứ không quân Bagram cho quân khủng bố Taliban, tướng Mark Milley bảo vệ, và ngụy biện về thuyết Chủng Tộc Phê Phán trước Uỷ Ban Quốc Phòng Hạ Viện rằng: "Tôi muốn đề cập tới sự bạo động của người da trắng," mà Tướng Milley cho là sự đe dọa nội địa tiếp tục phát triển trong quốc gia và quân đội.

Theo tiến trình của phong trào chống lại tổng thống ái quốc Donald Trump được khuyến khích và kích động do Chủ Tịch Hạ Viện là bà Nancy Pelosi và ban tham mưu Tòa Bạch Ốc của tổng thống "không do dân bầu" là Joe Biden kêu gọi Bộ Tư Pháp, Bộ An Ninh Nội Địa và quân đội bứng gốc khuynh hướng bảo thủ bị chụp mũ là thành phần cực đoan trong các tổ chức, truy lùng và bắt giam những người biểu tình ngày 6 tháng 1 năm 2021. Đây là sự đàn áp những người đối lập bị chụp mũ là khủng bố nội địa, trong khi đó họ lại không bảo vệ quốc gia đang bị đe dọa bởi kẻ thù bên ngoài, là quan điểm của Ngũ Giác Đài do đảng Dân Chủ kiểm soát.

Nếu tướng Milley nói là "nhằm am hiểu về Taliban cực đoan" hay là "Hồi Giáo cực đoan" thì được xem nhẹ trong việc bảo vệ đất nước. Nếu Tướng Milley muốn bảo vệ và Lloyd Austin trực tiếp chỉ huy quân đội chú trọng vào những vấn đề nêu trên, trái lại Milley thanh trừng 40 người yêu nước tin là cuộc bầu cử tổng thống năm 2020 bị đánh cắp. Có lẽ là sự trốn chạy trách nhiệm về cuộc chiến A Phú Hãn, bao gồm sự bỏ ngỏ căn cứ quân sự Bagram và sự tháo chạy hỗn loạn. Tuy nhiên, những kẻ có máu mặt trong đảng Con Lừa Xanh như Nancy Pelosi và Alexandria Ocasio-Cortez có thể cho tuyên ngôn của Milley là "dị ứng Hồi Giáo." Theo Nancy Pelosi cho là có 3 nguyên nhân của sự kiện ngày 6 tháng 1 năm 2021 và nhiệm vụ của tướng Mark Milley cho là nguy hiểm với quan điểm chính trị và áp lực của quân đội. Chuyện này cũng không khó hiểu khi họ mất phương hướng là từ chối mối đe dọa thật sự của những tổ chức khủng bố như Al Qaeda, ISSIS và Taliban.

CHƯƠNG 10

Sự Phủ Nhận Tháng Mười Một

Giới cấp tiến đầy ảo tưởng tìm cách thay đổi thế giới luôn có ba đặc điểm chung. Những điều này xuất phát từ sứ mệnh cấp tiến cực đoan của họ, đó là thay đổi thế giới. Đầu tiên, giới tả khuynh cấp tiến quá vội vàng. Chương trình hành động của họ to lớn mà cơ hội để đạt được rất hiếm hoi. Nền tảng chính trị của Mỹ được thành lập có tính cách phù hợp với những cải cách từng bước, chứ không phải phá vỡ truyền thống lâu đời ngay tức khắc. Việc cổ võ những thay đổi xuyên suốt dựa trên cơ sở đa số mong manh đúng là những gì hệ thống Mỹ được dựng nên nhằm ngăn chặn và làm nản lòng nhóm cực đoan. Nhưng đây chính là mục tiêu của những người cấp tiến, và do đó ngay từ đầu họ phải đọ sức với đa số.

Thứ hai, bởi vì những người cực đoan đang vội vàng, họ thiếu kiên nhẫn với quá trình và sự thuyết phục cần thiết, điều này khiến họ ù lì trước đại đa số những người phản đối họ. Những người cấp tiến bác bỏ đối thủ của họ, bởi vì một khi kế hoạch của họ được thực hiện – bằng bất cứ phương tiện nào cần thiết – họ tin tưởng rằng đa số sẽ thấy các chính sách của họ tốt đẹp như thế nào và người chống đối rồi sẽ biết ơn họ. Bị mù quáng bởi sự kiêu ngạo, họ thích chính phủ áp dụng diktat (Diktat là sự giải quyết đơn phương đổ lên đầu bên bị bại trận qua hình phạt khắc nghiệt hoặc áp đặt một sắc luật nghiêm ngặt bởi người chiến thắng), bắt buộc con người làm theo hơn là những cuộc đối thoại gay go vốn là huyết mạch của một hệ thống dân chủ.

Thứ ba, những người cấp tiến tạo ra sức sống cho các phong trào của họ bằng cách chọn ra một nhóm nhỏ xã hội, thường là một thiểu số chủng tộc hoặc tôn giáo, để tấn công và coi đó là kẻ thù của các kế hoạch cải cách này. Bằng cách này, họ loại bỏ đối thủ khỏi tiến trình thảo luận và từ chối cho họ "ngồi vào bàn," không cho những kẻ này được tự do bày tỏ sự đối kháng của mình.

Tất cả những thái độ cực đoan một chiều của đảng Dân Chủ tạo ra làn sóng phản đối đối với các chương trình nghị sự của Biden và châm ngòi cho đối kháng kịch liệt các chính sách của ông. Phản ứng của Biden đối với sự phản đối này là bác bỏ các đối thủ của mình là "những người theo chủ nghĩa thượng đẳng da trắng," những người phân biệt chủng tộc." Cuộc chiến chống lại "những người chống vắc-xin" của ông phục vụ một mục đích tương tự. Sau một năm chính sách thất bại, khủng hoảng và lạm phát kỷ lục, ông Biden không còn nhiều uy tín và các cuộc phản công của ông chỉ tạo ra sự phản đối gia tăng.

Ngoài ra, nếu có khuynh hướng hẹp hòi cố chấp như vậy, Biden bị loại ra khỏi bất cứ cố gắng điều chỉnh hướng đi bởi thực tế rằng đảng Dân Chủ là một đảng phái bị chia rẽ trầm trọng. Một hội đồng "Caucus tiến bộ"(hội đồng quy tụ các chính trị gia của một đảng phái) gồm 96 thành viên Hạ Viện muốn có nhiều chính sách "thay đổi xã hội" hơn, và phản đối bất kỳ sự cắt giảm hoặc nhượng bộ nào đối với những người chỉ trích họ. Khi các công đoàn giáo viên cánh tả và hội đồng nhà trường từ chối mở lại trường học để giảng dạy trên lớp, các bài học Zoom mà họ cung cấp có tác dụng không mong muốn là tiết lộ cho phụ huynh về những người cực đoan được tài trợ tốt và nâng cao để truyền bá cho con cái họ chống các lý thuyết Hoa Kỳ đa chủng tộc và chủ nghĩa cực đoan giới tính.

Hậu Quả Không Lường Trước

Trước khi có chương trình học Zoom tại nhà, rất ít phụ huynh biết được học thuyết giảng dạy "chống phân biệt chủng tộc" và "thành tựu đồng đều" mà con cái họ đang nhận được thực sự là gì. Tài liệu chính thức chỉ dùng cho Thầy Cô giáo và Ban Giám Hiệu các trường công lập với mục đích "công bằng về quyền tư hữu" và của chương trình "phù hợp trong việc bẻ gãy và triệt hạ gốc da trắng thượng đẳng cùng hệ thống kỳ thị chủng tộc" được cho là bản chất dân chủ của Hoa Kỳ kể từ ngày lập quốc. Từ mẫu giáo đến lớp 12 bị nhồi nhét lý thuyết về giới tính. Rất nhiều sách được giảng dạy về cách thực hành tình dục, ngay cả những học sinh còn quá nhỏ, thậm chí lớp 1, trong đó có cả đồng tính luyến ái và tình dục giữa người và súc vật. Tất cả được duyệt và đồng thuận của thành phần giáo chức khuynh tả và ban giám hiệu.

Cuối cùng vào mùa hè năm 2021, phụ huynh tràn vào các cuộc họp hội đồng trường học yêu cầu ban giám hiệu giải thích. Khi Ban Giám Hiệu các trường học chối bỏ là có chủ thuyết kỳ thị chủng tộc dạy trong trường, các phụ huynh đọc một đoạn từ sách của Barbara Applebaum "tất cả người da trắng là kẻ kỳ thị hay là đồng lõa nhờ lợi ích từ các đặc quyền nếu họ không tự giác lên án tội làm người da trắng." Học thuyết phân biệt chủng tộc tấn công vào nền tảng giáo dục của xã hội Hoa Kỳ và Tây phương nói chung, tác giả Robin D'Angelo của cuốn White Fragility được dùng làm sách giáo khoa trong nhiều sinh hoạt đa dạng như huấn luyện, hội thảo và sinh hoạt trong lớp học. Việc lên án người da trắng ở Mỹ và văn minh Phương Tây được phát động trên phạm vi cả nước, xâm nhập vào trường học: "Người da trắng lớn lên trong xã hội Tây Phương tạo điều kiện hình thành nhân sinh quan da trắng thượng đẳng trong thể chế Xã Hội. Bước vào hội thoại với sự hiểu biết giúp chúng ta giải thoát được sự áp đặt và hiểu rõ vì sao sự kỳ thị hiện hữu."

Nhằm chặn đứng sự phẫn nộ của phụ huynh, Ban Giám Hiệu ở Virginia chụp mũ phụ huynh học sinh "chối bỏ lịch sử." Những học thuyết này hàm chứa đối kháng về ý thức hệ hơn là tìm hiểu tri thức. Giảng viên đại học Harvard Noel Ignatiev và cũng là chủ bút tạp chí Race Traitor (Kẻ Phản Bội Kỳ Thị) góp ý: "Chúng ta tin tưởng rằng ngày nào người da trắng còn hiện hữu, tất cả công cuộc đấu tranh chống kỳ thị chủng tộc đều thất bại. Vì vậy mục tiêu của chúng ta là tiêu diệt chủng tộc da trắng."

Đây không phải là một cuộc điều tra mang tính khoa bảng khi nhìn về quá khứ, nhưng thuyết Chủng Tộc Phê Phán giống như là Virginia và các học khu ký hợp đồng với đảng Cộng Sản Trung Quốc lập chương trình giảng dạy lịch sử Mác-Lênin cho Đế quốc Mỹ. Có lẽ cái gọi là sự công bằng gây sự phẫn nộ cho phụ huynh khi con cái của họ bị cách ly và học sinh da trắng bị chụp mũ là những kẻ đàn áp và tất cả sắc dân khác là nạn nhân do người da trắng gây ra. Chính các bậc cha mẹ da đen lại phản đối mạnh mẽ lối giải thích kỳ thị chủng tộc của thuyết Chủng Tộc Phê Phán, vì họ không muốn con cái họ tự xem mình là nạn nhân, cũng như những bậc cha mẹ da trắng, họ không muốn con mình bị chụp mũ là "những kẻ áp bức kỳ thị chủng tộc" đối với các bạn học da màu trong lớp.

Trận Chiến Leo Thang

Khi ban Ban Giám Hiệu tiếp tục chặn đứng sự phản đối của Phụ Huynh và cho họ là Da Trắng Thượng Đẳng nên không có quyền can thiệp vào tiến trình giáo dục học đường, phụ huynh gia tăng biểu tình và phản đối khốc liệt hơn. Cuộc họp ngày 22 tháng 6 năm 2021 tại ban quản trị học đường ở quận hạt Loudon, một người đàn ông phụ huynh giận dữ tố cáo Trưởng Ty Học Chánh là Scott Ziegler bao che chuyện hiếp dâm con gái của ông tại phòng vệ sinh không phân biệt giới tính, là đặc điểm của xu hướng ủng hộ sự tiến bộ của hệ thống trường học. Con gái của ông này bị tấn công bởi một nam sinh chuyển giới mặc váy, giới chức nhà trường trơ tráo từ chối sự kiện xảy ra và chuyển kẻ hiếp dâm sang một trường học khác. Kẻ hiếp dâm ấy lại tiếp tục xâm hại nữ sinh. Viên Trưởng Ty Học Chánh Scott Ziegler phân trần với thân phụ của nạn nhân "kẻ tấn công tình dục là học sinh chuyển giới, đơn thuần mang tính cách cá nhân và chúng tôi không có hồ sơ ghi nhận những trường hợp tấn công tại các phòng vệ sinh." Tuy nhiên sau này, theo sự tiết lộ cho biết là Scott Ziegler và ban điều hành trường biết và có điều tra về trường hợp hiếp dâm ngày hôm ấy. Sự phủ nhận một cách ngoan cố của Scott Ziegler và sự phẫn nộ của người cha có con gái bị hiếp dâm ngay trong phòng vệ sinh nhà trường đi tới tình trạng bế tắc, đưa tới cuộc ẩu đả, và sau cùng nhà trường nhờ cảnh sát can thiệp và đuổi người cha của nạn nhân ra khỏi trường. Nhà trường bị kiểm soát do tổ chức công đoàn giáo chức cánh tả, nên người cha của nạn nhân bị chụp mũ là "bạo động." Sự kiện ngày diễn ra với sự yêu cầu của Hiệp Hội Quản Trị Học Đường Quốc Gia "khuynh tả" gởi thư tới Tòa Bạch Ốc (Joe Biden) với biện pháp mạnh tay hơn với những ẩu đả.

Tài liệu bị bạch hóa theo đạo luật "Freedom of Information Act" (FOIA) (luật tự do thông tin) cho biết là Tòa Bạch Ốc đứng đàng sau, yểm trợ Công Đoàn Giáo Chức và Hiệp Hội Quản Trị Học Đường Quốc Gia phác họa tài liệu gồm 6 trang giấy cho là những phụ huynh điên loạn là "những kẻ khủng bố nội địa" và yêu cầu chính phủ liên bang hành động chống lại những phụ huynh hung hãn như tội danh khủng bố nội địa và tội thù hằn chủng tộc.

Trong vòng 5 ngày, Bộ Trưởng Tư Pháp là Merrick Garland ban hành văn bản thông báo trực tiếp tới FBI và bộ Tư Pháp nhằm điều tra của cái gọi là trường hợp hỗn loạn, sách nhiễu, dọa nạt và đe dọa mang tính cách bạo động chống lại ban quản trị học đường và nhân viên, giáo chức.

Thượng Nghị Sĩ đảng Cộng Hòa Josh Hawley, đơn

vị Missouri, đưa ra ánh sáng bản thông báo bí mật của Merrick Garland là kẻ liệt kê 13 tội danh cấp liên bang nhắm vào các phụ huynh học sinh không tuân thủ theo nhà trường. Họ bị kết tội, ngay cả không có một cử chỉ bạo động nào. Trong số các tội danh chụp mũ các phụ huynh, có tội danh gọi là sử dụng điện thoại và internet vì tức giận. Họ kết tội những phụ huynh có quan điểm về con cái của họ hấp thụ sự giáo dục lệch lạc tại hệ thống các trường công với sự can thiệp của cảnh sát là không phù hợp với dân chủ. Đó là bản chất của đảng Dân Chủ trong việc phổ biến rộng rãi chương trình giáo dục của họ.

Trong khi Bộ Trưởng Tư Pháp Merrick Garland bị Quốc Hội triệu tập trong các cuộc điều trần, ông tái mặt trước sự tra hỏi phẫn nộ từ các dân biểu đảng Cộng Hòa, yêu cầu Merrick Garland từ chức ngay lập tức. Trong các cuộc thẩm vấn trước quốc hội này, Garland buộc phải thừa nhận rằng ông chỉ đơn phương dựa vào lá thư của hiệp hội hội đồng trường học cánh tả khi ban hành sắc lệnh, và chẳng hề mở bất kỳ cuộc điều tra nào nhằm minh bạch sự kiện và ông chỉ cần rêu rao "vì các mối đe dọa bạo lực" để biện minh cho các cuộc tấn công vào quyền tự do chính trị của các bậc cha mẹ mà thời gian chứng minh chẳng hề xảy ra.

Bầu Cử Giữa Nhiệm Kỳ Vào Tháng 11, 2022

Mặc dù những điều không thỏa đáng của chính

phủ đưa ra, tuy nhiên Hoa Kỳ vẫn là quốc gia dân chủ trong khi những trận chiến đang xảy ra nơi này. Đảng Dân Chủ đối diện với các ban quản trị học đường các tiểu bang trên toàn quốc, riêng biệt duy trì sự kiểm soát về những giá trị cao nhất và thành trì của khối Cộng Hòa Thịnh Vượng Chung ở Virginia. Trong thời gian gần đây, những kẻ di dân tràn ngập và số cử tri là 10% là nhân viên của chính phủ bầu cho Joe Biden trong cuộc bầu cử tổng thống năm 2020

Bất chấp những phản ứng tiêu cực của chính phủ, nước Mỹ trước sau vẫn là một quốc gia dân chủ, và trong khi những cuộc chiến này đang dằng co, đảng Dân Chủ phải đối diện với những cuộc bầu cử thống đốc và hội đồng trường học diễn ra khốc liệt trên khắp đất nước. Họ đặc biệt mong muốn duy trì quyền kiểm soát một trong những tổ chức quan trọng – Khối Thịnh Vượng Chung Virginia thuộc đảng Cộng Hòa một thời vững chắc – do làn sóng người nhập cư mới và các nhân viên chính phủ gần đây bỏ phiếu cho Biden với 10 phần trăm điểm trong cuộc bầu cử năm 2020.

Như cuộc vận động tranh cử đang tiến hành, cuộc thăm dò dư luận cho biết là cựu thống đốc đảng Dân Chủ là Terry McAuliffe dẫn trước 9 điểm so với ứng viên đảng Cộng Hòa là thương gia Glenn Youngkin. Mặc dù Glenn Youngkin chưa bao giờ phục vụ trong cơ quan chính quyền nhưng ông bắt đầu nói về những tệ hại của các trường học ở Virginia. Trong cuộc tranh luận, Glenn Youngkin hứa là nếu đắc cử, trong ngày đầu làm việc, ông sẽ cấm dạy thuyết Chủng Tộc Phê Phán. Ứng cử viên đảng Dân Chủ là McAuliffe lên tiếng một cách ngạo mạn, "Tôi không nghĩ phụ huynh nên bảo nhà trường phải giảng dạy như thế nào." Không bao lâu, cuộc thăm dò dư luận cho biết Youngkin dẫn đầu Terry McAuliffe. Đảng Dân Chủ hốt hoảng và phản ứng bằng cách bôi nhọ những kẻ chống lại họ và tố cáo các cha mẹ chỉ trích hội đồng nhà trường là "những kẻ theo chủ nghĩa da trắng thượng đẳng," trước tiên nhấn mạnh rằng thuyết Chủng Tộc Phê Phán chỉ được dạy trong các trường luật và thậm chí cho rằng thuyết này thực sự không hề tồn tại.

Những chiến thuật như vậy không bịp được ai – vì nhiều bậc cha mẹ da đen, cầm trong tay mớ sách vở đang được dùng để giảng dạy trong trường học, cũng lên tiếng tố cáo sự dạy dỗ bắt nguồn từ thuyết Chủng Tộc Phê Phán, một tà thuyết phi dân tộc khi nói về sự xấu xa của "người da trắng" và sự áp bức vĩnh viễn đối với tất cả người da đen. Một bà mẹ da đen nói với Hội Đồng Trường Loudon rằng các bài giảng về thuyết Chủng Tộc Phê Phán được dạy trong các trường học mang tính chất kỳ thị chủng tộc và là "một chiến thuật được Hitler và Ku Klux Klan dùng thường xuyên trong quá khứ."

Khi kiểm phiếu vào ngày 2 tháng 11, đảng Dân Chủ mất chức thống đốc và đa số 55 – 45 của họ tại Hạ

Viện Virginia, một thất bại nặng nề đối với chương trình mị dân của họ.

Virginia cũng không phải là tiểu bang duy nhất mà đảng Dân Chủ phải chịu thất bại chua cay. Họ cũng thua trong các cuộc bầu cử địa phương ở New Jersey, Connecticut, California và Texas, nơi diễn ra những trận chiến tương tự về trường học và chính sách của đảng Dân Chủ. Ở New Jersey, đảng viên Dân Chủ kỳ cựu kiêm Chủ tịch Thượng viện Steve Sweeney, người chi 1 triệu đô la cho chiến dịch tranh cử, thua một tài xế xe tải chỉ chi 153.17 đô la. Thống đốc bang New Jersey, đảng viên Dân Chủ Phil Murphy, giành chiến thắng suýt soát trong cuộc tái tranh cử trước Jack Ciatarelli của đảng Cộng Hòa.

Ở Texas cũng vậy. Tại San Antonio, đảng viên Cộng Hòa John Lujan giành chiến thắng trong cuộc bầu cử đặc biệt ở một quận mà Biden dẫn trước 14 điểm. Ngay cả tại tiểu bang Pennsylvania và Delaware, quê hương của và Biden, các ứng cử viên vận động chống thuyết Chủng Tộc Phê Phán và chống quy định đeo khẩu trang trong trường học cũng giành được những chiến thắng vang dội.

Đáng ngại hơn đối với đảng Dân Chủ là các vấn đề của họ cũng bị các cử tri kiên quyết bác bỏ. Tại Seattle, Bruce Harrell, người chủ trương bổ sung cảnh sát thay vì cắt giảm ngân sách của họ, dễ dàng đánh bại chủ tịch hội đồng thành phố cánh tả Lorena González để giành chức thị trưởng. Trong cuộc đua giành chức luật sư thành phố, đảng Cộng Hòa Ann Davison đánh bại Nicole Thomas-Kennedy, kẻ chủ trương bãi bỏ cảnh sát, với 30 điểm. Điều này cũng đúng ở Minneapolis, giống như Seattle, nơi xảy ra bạo loạn và đốt phá dữ dội trong suốt năm 2020. Các cử tri ở đó phản đối mạnh mẽ biện pháp thay thế Sở Cảnh sát Minneapolis bằng "Sở An Toàn Công Cộng".

Đảng Dân Chủ Phủ Nhận Sự Thật

Đảng Dân Chủ phản ứng lại sự bác bỏ này của cử tri bằng cách chụp mũ cho đó là do "quyền lực tối thượng của người da trắng" và thực tế là họ không thể thông qua đủ các chương trình xã hội chủ nghĩa trị giá hàng nghìn tỷ đô la. Đặc biệt, dự luật "cơ sở hạ tầng con người" – nay được gọi là sáng kiến "Xây Dựng Lại Tốt Hơn" – đang bị đình trệ vì sự chia rẽ nội bộ trong đảng: "Một số người bực bội và thấy bấp bênh về nhiều chuyện," Biden nói với các phóng viên, "từ Covid đến chuyện học hành, rồi việc làm, đến nhiều chuyện khác và ngay cả chuyện một gallon xăng tốn bao nhiêu. Và vì vậy nếu tôi có thể thông qua và ký thành luật chương trình Xây Dựng Lại Tốt Hơn, bạn sẽ thấy rất nhiều chuyện được cải thiện một cách nhanh chóng không ngờ." Nên đặt câu hỏi, thế nào là "tốt hơn" và làm thế nào để chi tiêu thêm hàng nghìn tỷ đô la của chính phủ? hoặc sẽ cải thiện vấn đề lạm phát, hoặc giải quyết mâu thuẫn về cách giảng dạy phân biệt chủng tộc trong lớp học, hoặc bất kỳ vấn đề nào khác mà Biden ám chỉ... tất cả đều không rõ ràng đối với bất kỳ ai bên ngoài ảo tưởng của đảng Dân Chủ.

Tuyên bố của đảng Dân Chủ rằng quyền lực tối thượng của người da trắng là nguyên nhân dẫn đến thất bại cũng thật lố bịch khi thực tế chứng minh ngược lại. Cùng với Youngkin, các cử tri Virginia bầu một người Mỹ gốc Cuba làm Bộ Trưởng Tư Pháp gốc Tây Ban Nha đầu tiên của bang, và cựu chiến binh Thủy quân lục chiến Winsome Sears, nữ Phó Thống Đốc da đen đầu tiên trong lịch sử Khối Thịnh Vượng Chung. Trong bài diễn văn của lễ nhậm chức, Sears đập tan luận điệu không chỉ đối với chiến dịch vận động Virginia của đảng Dân Chủ nhằm bôi nhọ đảng Cộng Hòa là những kẻ phân biệt chủng tộc, mà còn đối với chương trình giảng dạy thuyết Chủng Tộc Phê Phán vốn tìm mọi cách bôi đen đất nước và Hoa Kỳ tượng trưng cho một cơn ác mộng của chủ nghĩa da trắng thượng đẳng:

"Tôi xin thưa với quý vị rằng những gì quý vị đang nhìn thấy chính là giấc mơ Mỹ. Khi cha tôi đến đất nước này, ngày 11 tháng 8 năm 1963, đỉnh điểm của Phong trào Dân Quyền từ Jamaica. Cha tôi đến và tôi hỏi, "Sao cả nhà ta lại đến Mỹ trong giai đoạn đen tối này?" Và ông trả lời, "Bởi vì nước Mỹ là nơi có việc làm và mảnh đất của cơ hội."

Lúc đó cha tôi chỉ có 1,75 đô la trong tay. Thật ngạc

nhiên với số tiền quá nhỏ nhoi. Ông nhận bất kỳ công việc nào ông có thể làm, tìm mọi cách đến trường và bắt đầu mơ ước về giấc mơ Mỹ. Và bây giờ, cha tôi đang vui thú tuổi hưu. Thời gian đó, cha tôi đưa tôi đến Mỹ lúc tôi chỉ mới sáu tuổi. Và khi tôi bước lên chiếc Boeing 737 của Pan Am và hạ cánh xuống phi trường JFK, tôi bước vào một thế giới mới. Vì thế, cho tôi nói với quý vị điều này. Thậm chí tôi không phải là thế hệ Mỹ đầu tiên. Khi gia nhập Thủy quân Lục chiến, tôi vẫn còn là người Jamaica. Nhưng đất nước này ban phát cho tôi quá nhiều, và tôi sẵn lòng, sẵn sàng chết vì đất nước này.

...Có một số người đang rắp tâm chia rẽ chúng ta và chúng ta không thể để điều đó xảy ra. Họ muốn chúng ta tin rằng chúng ta đang quay trở lại năm 1963, khi cha tôi đặt chân đến Mỹ. Chúng ta có thể sinh sống nơi chúng ta muốn. Chúng ta có thể ăn uống nơi chúng ta muốn. Chúng tôi làm chủ các đài phun nước. Chúng ta có một tổng thống da đen được dân bầu, không phải một lần mà là hai lần. Và đây, tôi là bằng chứng sống."

Bằng chứng sống cho người Mỹ bình thường nhưng không phải cho nhóm tư tưởng tiến bộ. "Vấn đề là họ muốn người da trắng thượng đẳng qua hiệu ứng nói bằng bụng," nhà bình luận đảng Dân Chủ Michael Eric Dyson, chỉ trích bài diễn văn của bà Phó Thống Đốc Winsome Sears, giải thích trong một phân đoạn ngày 4 tháng 11 trên MSNBC. "Miệng của người Da Đen đang nói nhưng ý tưởng lại của người Da Trắng... môi miệng da đen mấp máy phát ra lời để biện minh và hợp pháp hóa các hành vi chủng tộc thượng đẳng của người Da trắng."

Không Thay Đổi Hướng Đi

Tóm lại, sau khi các chính sách và chương trình nghị sự của họ bị bác bỏ tại thùng phiếu, các đảng viên Dân Chủ tiếp tục thúc đẩy toàn diện các nghị trình họ dự định như thể lá phiếu chẳng ảnh hưởng gì. Giống như các thể chế độc tài mà đảng dân chủ đang bước theo, bầu cử là chướng ngại hơn là cơ hội chứng tỏ người dân ủng hộ đảng. Điều này giải thích quyết tâm của họ trong việc bôi nhọ phe đối lập, tước bỏ thẩm quyền về hệ thống bầu cử tiểu bang và tập trung hệ thống bầu cử vào trung ương ở Hoa Thịnh Đốn, thúc ép các cử tri gửi lá phiếu qua đường bưu điện, và chống lại những người đi bầu xuất trình giấy tờ chứng minh theo luật định.

Theo nhận định của James Clyburn, đảng viên Dân Chủ đa số tiểu bang South Carolina: "Chúng ta làm hỏng việc bỏ phiếu này và [đảng Dân Chủ Georgia] Warnock sẽ không thắng để bước vào Thượng viện và chúng ta cũng chẳng giành được gì ở North Carolina, và chúng ta cũng không có cơ hội nào ở Florida." Clyburn đang nói đến những nỗ lực của đảng Dân Chủ nhằm thay đổi luật bầu cử của quốc gia. Tính ra Biden thắng ở tiểu bang Georgia vỏn vẹn không đến 12.000 cử tri, tuy nhiên theo con số do đảng Dân Chủ đưa ra, có đến 270.000 cử tri không có thẻ căn cước hoặc giấy tờ tùy thân, vậy mà họ vẫn được phép bỏ phiếu trong cuộc bầu cử tổng thống năm 2020.

Các đảng viên đảng Dân Chủ hệ thống hóa các kế hoạch nhằm tập trung hóa các cuộc bầu cử dưới sự kiểm soát của Hoa Thịnh Đốn, dựa vào các lá phiếu gian lận gửi qua đường bưu điện, hợp pháp hóa việc "thu thập lá phiếu" và "điều hướng bầu cử," cùng với các hoạt động khác mà Ủy ban Carter-Baker (luật Cải Cách Bầu Cử Liên Bang) cảnh giác và báo động trước đây; nhất là các hành vi tạo điều kiện cho gian lận trong HR-1, "Đạo Luật Vì Người Dân" được Hạ Viện Nancy Pelosi thông qua vào năm 2021. Sự thật được phơi bày rõ ràng và không còn nghi ngờ gì nữa khi đảng Dân Chủ đang thực hiện sứ mệnh phá hủy hệ thống chính trị mà người dân Mỹ tin tưởng và mang lại thịnh vượng cho Hiệp Chủng Quốc Hoa Kỳ hơn 240 năm qua. Mệnh danh là những người cấp tiến, họ tin rằng họ đang "làm nên lịch sử" – và hiện nay hầu như không có sức mạnh hay quyền lực nào, nếu có, đẩy họ ra khỏi con đường hủy diệt này.

CHƯƠNG 11

Chúng Ta Hướng Về Đâu

Như cơn gió lốc định mệnh, kỷ niệm cuộc biểu tình chống "ăn cắp phiếu bầu" của Tổng Thống Trump xảy ra 3 ngày sau kỷ niệm sự thành công tuyệt vời trong việc tiêu diệt trùm khủng bố khét tiếng Iran là tướng Qassim Soleimani. Cái chết của tên lãnh tụ khủng bố này nhằm loại bỏ một kẻ thù rất nguy hiểm gây ra cái chết của hàng ngàn người ở Trung Đông, bao gồm những công dân Hoa Kỳ bị giết do Iran I.E.Ds (tổ chức khủng bố Iran, IEDs là đơn vị 840 của quân đội Iran) trong chiến tranh Iraq. Tổng Thống Donald Trump quyết định giết tên tướng khét tiếng hung bạo, là trùm khủng bố ở Trung Đông – đây là sự chiến thắng lịch sử của quân đội Hoa Kỳ – nhưng hoàn toàn bị chỉ trích bởi Joe Biden và đảng Dân Chủ cho là không thích hợp và gây hận thù với giới lãnh đạo Iran.

Mặt khác, các nhà lãnh đạo Iran coi ngày kỷ niệm cái chết của Soleimani là một dịp để đe dọa trả thù. Mọi viên chức tình báo Mỹ và sĩ quan Ngũ Giác Đài đều được đặt trong tình trạng báo động. Trong cương vị là Chủ Tịch Hội Đồng Tham Mưu Trưởng Liên Quân, Tướng Mark Milley là trung tâm của các cuộc họp liên quan đến phản ứng của Mỹ.

Những giới chức Hội Đồng An Ninh Quốc Gia thực hiện cuộc họp thường lệ vào ngày 2 tháng Giêng và cùng thảo luận về mối đe dọa từ Iran. Phiên họp được mô tả do các thông tín viên của tờ Washington Post và tác giả chống Donald Trump qua cuốn sách tựa đề "I Alone Can Fix It."

Milley và các đồng liêu hội thảo về sự quá khích của Iran bao gồm tuyên bố của tổng thống Iran là Hassan Rouhani trong đêm trước, dường như ông ta bóng gió đe dọa tính mạng của Donald Trump… sẽ thực hiện sớm ngay trong thời gian tại chức, kể cả sau khi hết nhiệm kỳ theo lời của Rouhani. "Sự biến mất của tên tội phạm Trump sẽ mang lại yên tĩnh và ổn định trong khu vực và thế giới, hắn chủ mưu nhiều tội ác, như cấm vận kinh tế áp đặt vào Iran, và việc sát hại Qassim Soleimani là những tội ác không thể tha thứ."

Những sự đe dọa này thúc giục Chánh Văn Phòng Phủ Tổng Thống triệu tập cuộc họp tại Tòa Bạch Ốc vào ngày hôm sau. Trump trở về Tòa Bạch Ốc sau ngày nghỉ tại Mar-a-Lago, và ông tham dự cuộc họp với Tướng Mark Milley cùng với ban tham mưu và vài giới chức khác. Theo các phóng viên cho biết là Tướng Milley không quan tâm gì đến Tổng Thống Iran Rouhani nhưng lại chú tâm đến những tweets của Tổng Thống Trump phàn nàn về cuộc bầu cử tổng thống gần đây. Theo các phóng viên, "Tướng Milley nói với các thuộc cấp thân tín rằng nghe tổng thống Donald Trump phát biểu cũng giống như đọc sách của George Orwell có tựa đề '1984.' Dối trá là sự thật. Chia rẽ là đoàn kết. Xấu xa là tốt."

Những lời tweet của Tổng Thống Trump làm Tướng Milley khó chịu là lời kêu gọi những người ủng hộ tổng thống tham dự cuộc biểu tình chống việc đánh cắp cuộc bầu cử 4 ngày sắp tới. Tướng Milley nói với người làm việc dưới quyền là ông tin rằng Tổng Thống Trump có mưu đồ xấu, có thể Trump dùng đó làm cơ hội để thực hiện Đạo luật Nổi dậy và đảo chính quân sự.

Tờ The Post tiếp tục đưa tin: "Một học sinh về lịch sử, Tướng Milley xem Donald Trump như một nhà lãnh đạo độc tài cổ điển đang vớt vát tình thế. Milley nói với các thuộc hạ thân tín rằng ông có linh tính những gì xảy ra giống như tình hình vào đầu thế kỷ 20 khi chủ nghĩa Phát Xít tại Đức bắt đầu hình thành và bây giờ lại xảy ra ngay trên đất nước Hoa Kỳ của thế kỷ 21. Milley so sánh tài hùng biện của Donald Trump khi nói về cuộc bầu cử gian lận và sức lôi cuốn của Hitler khi thuyết phục những người ủng hộ trong cuộc tuần hành ở Nuremberg rằng chính Hitler vừa là nạn nhân vừa là cứu tinh của dân tộc Đức." Tướng Milley thêm vào: "Đây là manh nha của chế độ Đệ Tam Reich và giáo điều của Quốc Trưởng."

Cùng thời gian này, Tham Mưu Trưởng quân đội Hoa Kỳ nói với giới chức an ninh quốc gia rằng Donald Trump là Hitler, và có lẽ đang hoạch định một cuộc đảo chánh, tuy Milley vẫn kiên định thế đứng trung lập của quân đội trong chính trị. Trong thời gian ấy, Milley quy tụ những cộng sự viên ở Ngũ Giác Đài từ chối hợp tác với Trump với lời tố cáo tội phản quốc. Trong cuộc đàm luận với các cộng sự viên thân tín nhất, Milley tiết lộ Trump có thể đảo chánh. Milley nói: "Họ tìm mọi cách để đảo chánh, nhưng tôi bảo đảm chúng đ… thành công. Vì lẽ, họ không có sự hậu thuẫn của quân đội, không có CIA và FBI. Chúng ta có quân đội và súng ống."

Chúng ta có quân đội và súng ống. Câu nói thật đáng ghi nhớ và đó là sự bác bỏ hoàn hảo đối với toàn bộ luận điểm của đảng Dân Chủ khi cho rằng ngày 6 tháng 1 là một cuộc nổi dậy có kế hoạch của Donald Trump.

Tám ngày sau, vào ngày 14 tháng 1 năm 2021, phóng viên của tờ The Post tường trình là hàng chục quân nhân và giới chức thực thi pháp luật diễn tập tại Fort Mayer. Họ lấy một phòng tập thể dục lớn và trải một bản đồ trên sàn nhà. Họ phân chia và bố trí các lực lượng an ninh vào cao ốc nào, lính bắn tỉa sẽ nằm phục ở vị trí nào và những giao lộ nào có thể thông thương dễ dàng. Bản đồ của thành phố họ đang nghiên cứu không phải là Kabul, A-phú-hãn. Đó là Washington, D.C.

Tướng Milley hướng dẫn cuộc tập trận. Trong cuộc họp thu hẹp với một vài giới chức an ninh quốc gia cao cấp, Milley nói: "Đây là sự đối đầu với những tên Quốc Xã (Nazis) Proud Boys. Cứ xem chúng như bọn Đức mà chúng ta chiến đấu trong Đệ Nhị Thế Chiến." Milley tiếp tục: "Tất cả mọi người trong phòng này, dù là cảnh sát, quân nhân, chúng ta phải ngăn chặn bọn quá khích để bảo đảm sự chuyển giao quyền lực trong hòa bình. Chúng ta thiết lập vòng đai thép chung quanh Điện Capitol, ngăn chặn bọn Quốc Xã tiến vào."

Ông Tucker Carlson, phóng viên bảo thủ đài Fox nhắc nhở khán giả: "Milley nhắc đến công dân Hoa Kỳ với vòng đai thép dùng để chống QAnon shaman (tên gọi khác của một người lọt vào Điện Capitol ngày 6 tháng 1 năm 2021, tên thật là Jacob Chansley, 35 tuổi, người mang đầu trâu già với mặt sơn màu) và vài trăm công dân già nua cầm trong tay biểu ngữ đến từ Orlando. Có đúng QAnon shaman là mối đe dọa thật sự không. Đất nước đang nằm trong tình trạng đe dọa? Nếu cho rằng QAnon shaman giống như S.S. (lực lượng mật vụ của Đức Quốc Xã Hitler) thì lối suy nghĩ như thế xem ra chẳng tốt gì."

Nên ngưng lại một chút để lượng giá tình cảnh này. Người đứng đầu chế độ độc tài Hồi giáo khủng bố – vốn là kẻ thù truyền kiếp của Hoa Kỳ, với hàng nghìn người Mỹ thiệt mạng qua bàn tay nhuốm đầy máu – đưa ra bản án tử hình công khai đối với tổng thống đắc cử của Hoa Kỳ. Và Chủ Tịch Hội Đồng Tham Mưu Trưởng Liên Quân Hoa Kỳ gạt đi không xem sự hăm dọa đó là cấp bách nhưng lại quan tâm đến một đe dọa khác mà ông không có một bằng chứng nào trong tay: rằng một tổng thống Mỹ, người vừa nhận được phiếu bầu của 74 triệu người Mỹ với lời hứa đặt "Hoa Kỳ Lên Hàng Đầu," chính là hiện thân của Hitler và những người theo ông ta là Đức Quốc xã.

Trong suy nghĩ lệch lạc của Milley, ông ta đang giữ quân đội đứng ngoài chính trị, ngay cả khi ông ta điều động các giới chức an ninh quốc gia nằm dưới quyền chỉ huy tối cao của vị tổng tư lệnh dân sự (Trump), người mà ông xem như một mối đe dọa an ninh quốc gia, một Adolf Hitler của thế kỷ 21, và có thể đang lên kế hoạch cho một cuộc đảo chánh quân sự. Giải pháp của Milley thế nào? Thưa, bao vây Điện Capitol với 25.000 quân để trực diện với đội quân khủng bố trong nước chẳng hề xuất hiện.

Một cá nhân như Milley bối rối, dốt nát và cuồng tín lại là người đứng đầu lực lượng quân sự Hoa Kỳ chắc chắn – nếu bất cứ ai có quan tâm – sẽ gây một nguy hại khôn lường không chỉ riêng sự kiểm soát dân sự mà còn cả nền an ninh quốc gia nữa. Và đây là điểm đáng lo ngại, không một nhân vật quân sự và an ninh nào chung quanh Milley biết viên tướng này đang phá hoại vị tổng tư lệnh dân sự (Trump) dám đứng ra phản đối những hành động phản quốc của Milley.

Nhưng điều đáng lo ngại nhất là giới tinh hoa văn hóa và nhóm chuyên gia chính sách của Mỹ đang giữ các chức vụ quan trọng trong làng báo chí như The Washington Post, The New Yorker, The New York Times, các phương tiện truyền thông và nhóm ưu tú an ninh quốc gia – tất cả đều là những người có ảnh hưởng đến số phận chính trị của Mỹ – lại không tìm thấy điều gì bất thường trong lối suy nghĩ phát xít lệch lạc và ảo tưởng của Milley, cũng như chẳng lên tiếng báo động về những mối đe dọa mà bọn họ gây ra. Ngược lại, vì xem Trump là kẻ thù và vi phạm trật tự hiến pháp, giới tinh hoa cấp tiến lại tôn vinh Mark Milley như một anh hùng và một học giả.

Anderson Cooper của CNN nhận xét: "Những gì Milley đang làm và bạn biết là ông tuân theo Hiến Pháp. Milley và các thành viên làm đúng theo lời thề phục vụ tổ quốc. Ý tôi là, đó là điều mà bất cứ ai yêu nước đều làm." Mỉa mai thay, sự thật ai cũng biết là không.

Đồng thanh tương ứng, đồng khí tương cầu, là bản chất theo hùa của truyền thông khuynh tả, thông tín viên Poppy Harlow của CNN đồng thanh với

Anderson Cooper: "Bạn nghĩ về Tướng Milley như một người cẩn thận khi dùng từ ngữ với mục đích rõ ràng và như là một sinh viên lịch sử và sử dụng những danh từ mà ông ấy nói như 'Đức Quốc Xã' và 'Reichstag' cho chúng ta thấy rất nhiều điều..." Tuy nhiên ký giả Harlow không giải thích việc cho là 74 triệu người dân Hoa Kỳ mang khuynh hướng Đức Quốc Xã bầu Donald Trump lại khiến Milley trở thành 'học sinh lịch sử' đáng tin cậy.

Tucker Carlson đặt câu hỏi, "Làm cách nào mà Tướng Mark Milley leo lên tới chức tổng tham mưu trưởng?" Quan điểm của Tướng Milley biểu hiện lập trường chính yếu của đảng Dân Chủ, được cho là đảng của chính nghĩa – những người dấn thân để thay đổi thế giới, và những người trong năm năm vừa qua đối xử với Trump và những người yêu nước của ông như những người theo chủ nghĩa thượng đẳng da trắng và tân phát xít, bất kể màu da.

Mỹ không phải là một quốc gia bị phân chia giữa 74 triệu người bị xuyên tạc và chụp mũ theo Quốc Xã Adolf Hitler và phần còn lại là đạo đức. Thách thức kết quả bầu cử không phải là âm mưu đảo chính như đảng Dân Chủ gán ghép. Mặt khác, một dấu hiệu khá chắc chắn cho thấy nếu cuộc bầu cử tự do và công bằng tiếp theo dẫn đến chiến thắng của đảng Dân Chủ, các đảng phái của chính nghĩa phải tìm mọi cách để bảo đảm rằng đó là cuộc bầu cử cuối cùng.

Như A-phú-hãn, các đế chế và quốc gia trỗi dậy và sụp đổ trong lịch sử nhân loại ai cũng biết. Mặc dù một số người có thể ngạc nhiên khi chứng kiến sự suy tàn, nhưng với nhận thức muộn màng bắt nguồn từ giai đoạn cuối của các đế chế đó cho thấy lý do nó sụp đổ như thế nào.

Có phải nước Mỹ là một cái vỏ trống rỗng và phải chăng số phận cáo chung của Hoa Kỳ đang đong đếm từng ngày? Chỉ có kẻ ngốc mới dám nói, chắc chắn, là không. Các lực lượng khủng bố man rợ đang đứng trước cửa, và bên trong, các nhà lãnh đạo Mỹ – cả quân sự lẫn dân sự – đang bận tâm với những mối đe dọa phù phiếm và ảo tưởng như – biến đổi khí hậu, quyền lực tối thượng của người da trắng, chủ nghĩa cực đoan yêu nước. Nhưng mối đe dọa lớn nhất đối với nền dân chủ Mỹ là nỗ lực của đảng Dân Chủ muốn kiến tạo một nhà nước xã hội chủ nghĩa độc đảng – một nhà nước phát xít. Điều này thể hiện rõ ràng trong việc họ tấn công Tu Chính Án Thứ Nhất thông qua cái gọi là "hủy bỏ văn hóa" và sự thông đồng trong việc hạ bệ một tổng thống Hoa Kỳ và 74 triệu người ủng hộ Trump.

Họ thúc ép dỡ bỏ hệ thống kiểm tra và cân bằng, vốn là thành trì của nền dân chủ Mỹ trong hơn 240 năm qua. Họ thực hiện điều này bằng cách bôi nhọ các đối thủ chính trị trong nước, tìm cách bãi bỏ Cử Tri đoàn, và thúc đẩy việc bãi bỏ cơ chế filibuster* và mở rộng Tối Cao Pháp Viện; họ tấn công tính chính trực của hệ thống bầu cử bằng cách chống đối việc buộc các cử tri phải xuất trình thẻ căn cước; họ tấn công bất cứ ai đặt câu hỏi về kết quả bầu cử là kẻ thù của nền dân chủ Mỹ; và họ thay thế nền văn hóa giải phóng chủ nghĩa cá nhân của Mỹ bằng nền chính trị bản sắc bộ lạc làm suy yếu nền tảng của hệ thống hiến pháp.

Cuối cùng, trong khi trao cho những kẻ khủng bố Hồi giáo chiến thắng lớn nhất kể từ ngày 9/11, đảng Dân Chủ tìm cách tấn công và làm mất uy tín các đối thủ dân chủ bằng cách chụp mũ cho họ là "những kẻ cực đoan trong nước" và những kẻ khủng bố. Sự ủng hộ cuồng nhiệt đối với kinh tế xã hội chủ nghĩa và nền chính trị phát xít đặt chúng ta trên con đường dẫn đến một tương lai toàn trị. Tất cả những gì đang chờ đợi kết quả đáng buồn cho những nỗ lực này là các trại cải tạo gulag thời Liên Bang Sô Viết và các trại tập trung, mà phe cực tả Dân Chủ đang mạnh dạn quảng bá.

Chú thích: * Filibuster là một thủ tục chính trị trong đó một hoặc nhiều thành viên của cơ quan lập pháp kéo dài cuộc tranh luận về dự luật được đề xuất nhằm trì hoãn hoặc ngăn chặn hoàn toàn một quyết định.

THƯ CẢM ƠN CỦA NHÀ XUẤT BẢN

Trước hết, Nhà Xuất Bản Clover Leaves Publishing chân thành cảm ơn các tổ chức và cá nhân sau đây hỗ trợ mọi mặt trong việc dịch tác phẩm "Trận Chiến Cuối Cùng" của Tác giả David Horowitz là chiến trường quyết định cho "Cuộc Chiến Cuối Cùng" với cuộc đấu tranh trường kỳ và toàn diện mà những người quan tâm đến sự tồn vong của Hiệp Chủng Quốc Hoa Kỳ và nền hòa bình thế giới sát cánh cùng nhau trong một chiến tuyến giữa chánh và tà. Đặc biệt là Ban Chấp hành Liên Minh Bảo Thủ Mỹ gốc Việt (Vietnamese American Conservative Alliance) và các dịch giả đầy thiện chí bỏ nhiều thời gian và công sức trong việc hoàn thành việc dịch thuật, gồm có: Nhà Văn Sơn Nghị, Nữ Sĩ Nguyễn thị Bé Bảy, Tiến sĩ Phan Quang Trọng, Nhà Văn Phong Thu, Tiến Sĩ Mai Thanh Truyết, Nhà văn Trương Minh Hòa. Với Ban Hiệu Đính gồm có các anh Phạm Gia Đại, anh Nguyễn Văn Diệm, anh Trương Minh Hòa.

Nhà xuất bản xin gởi thêm lời cám ơn đặc biệt đến "Editor in chief" Trương Minh Hòa từ Úc Châu với sự đóng góp nhiều mặt trong tiến trình dịch, hiệu đính và nối kết trong việc thực hiện và hoàn thành tác phẩm dịch thuật.

Sau cùng Nhà Xuất Bản xin tri ân đến một số thành viên và thân hữu của VACA, với sự bảo trợ quý báu trước khi sách được phát hành:

- Anh Trịnh đình Thông và Chị Nguyễn Phương Mai, Anh chị Trần Văn Lưu và Lưu thị Kỳ Nam, Anh Trần văn Chính, Anh Nguyễn Phúc Phil, Chị Phan Hà, Cô Rachel Quý và VN Channel, Anh Chị Đỗ Hùng Bryan và Dương Mỹ Hương, Chị Trần Hiền Susie và Anh Ngô văn Nam, Anh Chị Bùi Dương Liêm và Nguyễn thị Bé Bảy, Ngô Kim Chi, Nguyễn Hữu Trương, Võ Hướng Dương, Nguyễn Loan, Võ Yến Thu, Lâm Quỳnh Như, Lê Tùng, Anh Chị Tina Võ và Đỗ văn Hạnh, Anh Chị Nguyễn Khoát và Nguyễn Thị Tu Hà, Anh Chị Nguyễn Công Thành và Kim Liên, Anh Chị Trần Bryan và Ngọc Anh, Gia đình Đặng Hữu Long, Chị Hạ Vân và Vietnam Radio, chị Dương Lệ Hồng và báo Chính Văn, Gia đình Alexandrea, thân hữu Chị Dương Lệ Hồng, Gia đình BS Phạm Hiếu Liêm, Anh Chị Nguyễn Văn Diệm và Vũ Bích Liên, Cô Trương Minh Ánh.

CẢM TẠ

Một cây làm chẳng nên non
Ba cây chụm lại nên hòn núi cao

Sự đóng góp công sức, tài chánh và hỗ trợ tinh thần của quý vị là niềm khích lệ lớn lao cho Nhà Xuất Bản trong việc vận động chính trị, gửi đến quý độc giả những điều chưa từng được viết, qua tác phẩm "The Last Battle" của David Horowitz.

CHÂN THÀNH CẢM TẠ NHỮNG ÂN NHÂN

Tôi được hân hạnh là một tác giả được hỗ trợ bởi nhiều nguồn thông tin từ những ân nhân như: John Perazzo là nhà nghiên cứu của tôi; nhà văn Robert J. Hutchinson là một người bạn mới và là người đóng góp chính cho chương 6 của tập này. Hai đứa con trai tài năng và thông minh của tôi là Jon và Ben, và con trai riêng của tôi cũng là Jon, hỗ trợ tôi về mặt tinh thần, điều dường như không thể thiếu hơn bao giờ hết khi năm tháng trôi qua. Riêng Steve Schuck trở thành người phổ biến cuốn sách, cũng một bạn tri âm gần đây của tôi. Như họ đóng góp cho tất cả các cuốn sách của tôi, hội đồng quản trị và nhân viên của tôi tại Freedom Center. Người bạn tốt Wally Nunn, các thành viên hội đồng quản trị của tôi là Larry Post, Mallory Danaher, Nina

Cunningham và Marc Shapiro; Luật sư Paul Hoffman của tôi; Thuyền trưởng của tôi, Mike Finch; và các nhân viên làm việc với tôi bao gồm Liz Ruiz, Jamie Glazov, Lily Gonzalez, Nelson Ines và Todd Snider, tất cả đều đóng vai trò quan trọng trong việc cho phép tôi làm những gì tôi làm.

Cuối cùng, hiện giờ tôi viết bốn tập để bảo vệ đất nước của chúng ta cho Chris Ruddy và các biên tập viên tại Humanix Books. Tôi hy vọng những nam nữ đồng hương nhận được lòng biết ơn của tôi về sự giúp đỡ nhiệt thành của họ trong việc hoàn thành những cuốn sách này trong khả năng như tôi.

Tác giả David Horowitz

MỤC LỤC